AF517730

नेतृत्वाची खरी कसोटी असते ती बदल स्वीकारण्यात, मग तुम्ही एखाद्या प्रथितयश कंपनीचे मुख्य कार्यकारी अधिकारी असा, नाहीतर एखाद्या छोट्याशा कंपनीत काम करणारे साधे कर्मचारी, सर्जनशीलतेची संस्कृती जपणं, कामाचा दर्जा न ढासळू देणं, ग्राहकसेवा कार्यप्रणालीमध्ये सातत्याने सुधारणा करणं, सहभागाच्या दृष्टीने व्यवस्थापन अधिक सुकर करणं, यांसारख्या सर्व गोष्टींकरता गरज असते ती पूरक अशा तत्त्वांची. बदल घडवून आणायला उद्युक्त करणाऱ्या तत्त्वांपेक्षा पूरक तत्त्वं ही नक्कीच वेगळी आणि वैशिष्ट्यपूर्ण असतात. आजच्या या धकाधकीच्या जीवनात बाह्यप्रेरणेकडे आपलं आपसूकच लक्ष जातं; मात्र या बाह्यप्रेरणेमुळे बदलाला पेलण्याचं सामर्थ्य आपल्यात येत नाही हेही तितकंच खरं. ते सामर्थ्य असतं फक्त नैसर्गिक स्रोतात किंवा ऊर्जेत!

फिश! स्टीक्स - एक ओळख

आजमितीला जगभरामध्ये फिश! आणि फिश! कथेच्या लाखो प्रतींची तडाखेबंद विक्री झाली आहे. वॉलस्ट्रीट जर्नल, यूएसए टुडे, बिझिनेस विक, न्यू यॉर्क टाइम्स बिझिनेस आणि पब्लिशर्स विकली यांच्या क्रमवारीनुसार या पुस्तकांचं स्थान उच्च आहे. 'पिपल' आणि 'फास्ट कंपनी'मध्ये फिश! फिलॉसॉफीचा अंतर्भाव करण्यात आला आहे. त्याचप्रमाणे सीबीएसच्या 'संडे मॉर्निंग' आणि सीएनएनच्या 'बिझिनेस अनयुज्वल'मध्ये सुद्धा त्यांचा समावेश आहे. आज हजारो संस्था फिश! फिलॉसॉफीच्या वापराने आपल्या कामामध्ये अधिकांशाने उत्साह आणि प्रेरणा अनुभवत आहेत. यांपैकी काही महत्त्वाच्या संस्था म्हणजे ॲबट लॅब्स, ॲरो इलेक्ट्रॉनिक्स यूके लि., ब्रिस्टॉल-मायर्स स्क्विब, इस्ती लँडर कॉस्मेटिक कंपनी, जपान, फोर्ड, हार्ले डेव्हिडसन, द मायो क्लिनिक, जॅबिस्को, द नॅशनल वेदर सर्व्हिस, नॉर्डस्ट्रॉम, पी अँड जी, प्रुडेन्शियल, स्प्रिंट, द यूएस आर्मी आणि वेल्स फार्गो.

आपल्या स्नेहीजनांना पुस्तके भेट द्या

बदलत्या युगाशी जुळवून घेण्यासाठी आणि
तुमच्या कामामधील ताजेपणा जपण्यासाठी

फिश! स्टीक्स

फिश फिलॉसॉफीची संगत, आणते कामात रंगत

लेखक

स्टिफन सी. लन्डिन
जॉन क्रिस्टेन्सेन आणि **हॅरी पॉल**

अनुवाद

डॉ. शुचिता नांदापूरकर-फडके

मेहता पब्लिशिंग हाऊस

FISH! STICKS by **STEPHEN C. LUNDIN JOHN CHRISTENSEN AND HARRY PAUL**

Translated into Marathi Language by Dr. Shuchita Nandapurkar-Phadke

फिश! स्टीक्स / अनुवादित मार्गदर्शनपर

अनुवाद : डॉ. शुचिता नांदापूरकर-फडके
Email : author@mehtapublishinghouse.com

प्रकाशक : सुनील अनिल मेहता, मेहता पब्लिशिंग हाऊस,
१९४१, सदाशिव पेठ, माडीवाले कॉलनी, पुणे ३०.

अक्षरजुळणी : इफेक्ट्स, २१/ब, आयडिअल कॉलनी, कोथरूड, पुणे ३८.

मुद्रक : ट्रिनिटी ॲकॅडमी फॉर कॉर्पोरेट ट्रेनिंग लिमिटेड

मुखपृष्ठ : मेहता पब्लिशिंग हाऊस

प्रथमावृत्ती : सप्टेंबर, २०१८

किंमत : ₹ १४०

P Book ISBN 9789353171087

१२ नोव्हेंबर, २०००. आजही तो काळा दिवस माझ्या मनावर कोरलेला आहे. टुर्कीला जाण्याकरता मी बॅग भरत होते. आता घरातून निघणार, तेवढ्यात फोन आला. कुठल्याही पालकाला ज्याची जबरदस्त भीती असते असाच तो फोन होता... जीवघेणा...

सान बर्नार्डिनो इथून कोरोनॉरचा फोन होता,

"तुम्हाला बेथ नावाची मुलगी आहे का?"

"अं...हो!"

"आज पहाटे लास व्हेगास आणि लॉस एंजेलिसच्या दरम्यान निर्जन रस्त्यावर, दारू पिऊन भरधाव गाडी चालवणाऱ्या ड्रायव्हरच्या हलगर्जीपणामुळे बेथ ॲन लन्डिन हिचा अपघाती मृत्यू झाला आहे.

अवघी एकतीस वर्षांची माझी लेक हॉलीवुडमध्ये पाय रोवण्यासाठी प्रयत्न करत होती. तिथे ती सेट डिझाइनर म्हणून काम करत होती. तिचं ते स्वप्न होतं. तिचं आयुष्य अक्षरशः क्षणार्धात संपलं. त्या ड्रायव्हरच्या गाडीचा ब्रेक लागला असता तर... अपघातानंतर भानावर येऊन त्याने तिला हॉस्पिटलमध्ये पोहोचवले असते तर... तिला जखमी अवस्थेत त्या निर्जन रस्त्यावर टाकून दिले नसते तर...? ती वाचली असती ना!

हतबल करणाऱ्या अशा प्रसंगी तुम्ही आधार शोधू लागता. एखादा फोटो, आठवण, लकब... अगदी काहीही. बुडत्याला काडीचा आधार म्हणतात ना, तसंच. बेथच्या बाबतीत म्हणायचं तर ती चालता-बोलता, रसरसता उत्साह होती. चैतन्याचा आनंददायी झरा होती. आयुष्याचा प्रत्येक क्षण ती कणा-कणाने जगली होती. तिचं जीवन हीच एक अनेकपदरी रंगतदार कहाणी होती. त्यातलीच एक मी आज तुम्हाला सांगणार आहे.

कॅलिफोर्निया येथील 'प्लाया डल् रे' इथे मावळत्या सूर्याच्या साक्षीने समुद्रतीरी तिच्याकरता मेमोरिअल सर्व्हिस आयोजित करण्यात

आली होती. तिची मित्रमंडळी जमली होती. तिच्या आठवणी जागवत होती. तेवढ्यात एक तरुण पुढे आला. त्याने स्वत:ची ओळख करून दिली. ‘‘मी बेथला ओळखतो. पण तशी आमची ओळख जेमतेम. एका शॉर्ट फिल्म प्रॉडक्शनपुरतीच होती. साधारण पाच आठवडे आम्ही एकत्र काम केलं; परंतु मला तिची खूप छान ओळख पटली. जणू काही तिला जन्मापासूनच ओळखत होतो. हा अनुभव इतरांसमवेत कधीच नव्हता आला. बेथ नेहमी एका पुस्तकाबद्दल बोलायची. तिच्या वडिलांनी लिहिलेल्या त्या पुस्तकाचं नाव जरा विचित्रच होतं फिश! पण बेथ गेली आणि का कोण जाणे, मी ते पुस्तक विकत आणलं आणि वाचून काढलं आणि तुम्हाला एक गोष्ट सांगतो, बेथ ते पुस्तक अंतर्बाह्य जगली होती. त्यातली तत्त्वं तिनं पूर्णतया स्वीकारली होती. बेथ स्वत:च फिश! बनली होती.’’

हे ऐकलं आणि मी सुन्नच झालो. माझं हृदय शतश: विदीर्ण झालं आणि मग रितं-रितं होत गेलं. आजही बेथसाठी असलेला हृदयाचा एक कप्पा कायमस्वरूपी रिकामा आहे. मी बरेचदा माझ्या बोटात बेथची अंगठी घालतो. मग मला जाणवतं की ती आत्म्याच्या रूपाने निरंतर माझ्या सोबत आहे. तिचा आयुष्याबद्दल असलेला दृढ आणि सुदृढ दृष्टिकोन मला नेहमी आठवतो. तो इतरांपर्यंत पोहोचवण्याचा प्रयत्न मी करतो. या पृथ्वीतलावर तिचं जीवन छोटंसं होतं; परंतु ते जीवन ती समरसून जगली. आजही मी जेव्हा पहाटे उठतो तेव्हा आसमंताला उजळवून टाकणारी आभा माझ्या नजरेला पडते. पार क्षितिजापासून ते थेट माझ्यापर्यंत... हो! बेथ, तू खरोखरच फिश! होतीस. तुझी उणीव सतत भासत राहील आणि प्रेमाचं म्हणशील तर, बापाला कधी ग्वाही द्यावी लागते का मुलीवरच्या प्रेमाची? बाळा, तू माझा गुरू होतीस, तू माझी प्रतिभा होतीस...

तुझा (अभागी) पिता,
एस. एल.

ओळख

बदल करणं हे फार कठीण आहे असं काहीजणांना वाटतं. पण माझ्या मते बदलाला सामोरं जाणं, त्याकरता अपेक्षित असलेली स्वत:ला समर्पित करण्याची वृत्ती जोपासणं हे कठीण आहे. ते जमलं की बदल म्हणजे एक सुखावह बाब ठरते.

नेतृत्वाची खरी कसोटी असते ती बदल स्वीकारण्यामध्ये. मग तुम्ही एखाद्या प्रथितयश कंपनीचे मुख्य कार्यकारी अधिकारी असा; नाहीतर एखाद्या छोट्याशा कंपनीत काम करणारे साधे कर्मचारी. सर्जनशीलतेची संस्कृती जपणं, कामाचा दर्जा ढासळू न देणं, ग्राहकसेवा कार्यप्रणालीमध्ये सातत्याने सुधारणा करणं, सहभागाच्या दृष्टीने व्यवस्थापन अधिक सुकर करणं यांसारख्या गोष्टींकरता गरज असते ती पूरक अशा तत्त्वांची. बदल घडवून आणायला उद्युक्त करणाऱ्या तत्त्वांपेक्षा पूरक तत्त्वं ही नक्कीच वेगळी आणि वैशिष्ट्यपूर्ण असतात.

मोठ्या प्रमाणावरचा बदल घडून येतो, तेव्हा स्वाभाविकत:च प्रचंड प्रमाणात उत्साह आणि ऊर्जा जाणवते. अशा वेळेस मीटिंग्ज, प्रशिक्षण, भेटीगाठी, जाहिराती, स्पर्धा, लेख, पोस्टर्स, व्हिडीओज, पत्रकं अशा अनेक गोष्टींचा जणू भडिमार होतो. अर्थात यात काही चुकीचं आहे असं म्हणणं नाहीच. आजच्या या धकाधकीच्या जीवनात बाह्य प्रेरणेची आवश्यकतादेखील असतेच ना! पण आपण हेदेखील लक्षात घेतलं पाहिजे की, बदलाला पेलण्याचं सामर्थ्य या बाह्यप्रेरणेमध्ये नक्कीच नसतं. ते असतं केवळ नैसर्गिक स्रोतात किंवा ऊर्जेमध्ये.

कारण मग होतं काय, सुरुवातीला असलेल्या उधाणाला ओहोटी लागते, ओढून ताणून आणलेलं अवसान संपतं, प्रशिक्षणं पूर्ण होतात, स्पर्धा संपतात, फुग्यातली हवाच जणू संपते. मग मूलत: असलेल्या

प्रवृत्ती पाय ओढू लागतात आणि अचानक प्रगतीला खीळ बसते.

आपल्याला मागे ओढणाऱ्या अनेक बाबी असतात– अति व्यस्तता, विरोध, कंटाळा, लक्ष विचलित होणं, विसराळूपणा, निष्ठुरपणा, जाणीवपूर्वक दिलेला त्रास अशा एक ना दोन, शंभर प्रकारे आपण नेस्तनाबूत होत जातो. म्हणजे आपलं ध्येय काहीही असो, अगदी एखादा डाएट प्लॅन राबवण्यापासून ते कामाच्या जागी काहीतरी नावीन्य आणण्यापर्यंत काहीही असो. वर उल्लेखिलेल्या कुठल्या ना कुठल्या कारणाने आपला निश्चय डळमळीत व्हायला लागतो हेच खरंय. मात्र आपल्या ध्येयपूर्तीला कठोर निश्चयाने बांधून टाकलं की, मग या छोट्या-छोट्या बाबी फारसा अडथळा ठरत नाहीत. आपण ध्येयापासून परावृत्त व्हायची शक्यता कमी कमी होत जाते. अर्थात, निश्चयाचं कठोर बळ साऱ्यांच्याठायी दिसून येतंच असं नाहीये. हाच तर फरक असतो, जो प्रथितयश संस्था आणि व्यक्तींना सर्वसामान्यांपासून अचूक वेगळा करतो.

वीस वर्षं मी एमबीएच्या मुलांना मॅनेजमेंट म्हणजेच व्यवस्थापनाचे धडे दिले. त्याच्याच जोडीला सेमिनार्स घेतले. सातत्याने बदलणाऱ्या या क्षेत्रात स्वत:चा उद्योग चालवला. फिश! या पुस्तकाचं सहलेखन केलं. त्याच नावाची एक फिल्म तयार केली. त्यानंतर फिशमधील कल्पनांचा पाठपुरावा करून यश संपादन करणाऱ्या अनेक संस्था 'याची देही' पाहण्याचं भाग्य मला लाभलं. (व्यवस्थापनाच्या अनेक पुस्तकांतील काही तत्त्वांचा अंगिकारदेखील केला गेलेला पाहिला.) त्याचबरोबर महत्त्वाच्या मुद्द्यांबाबत सांगोपांग चर्चा केल्या. सकारात्मक ऊर्जेच्या निर्मितीला हातभार लावला. फिश! फिलॉसॉफीचा स्वीकार करणाऱ्यांच्या मते कार्यालयीन विश्वात दर्जात्मक सुधारणा, ग्राहकसेवा, कर्मचारी टिकवणे, सर्जनशीलतेला वाव, उत्पादकता आणि नवीन भरती हे ऐरणीवर आलेले विषय आहेत. याशिवाय कामाच्या जागी निर्मळ आनंद मिळवण्याच्या उदात्त भावनेतूनदेखील अनेकांनी फिश फिलॉसॉफीची कास धरली आहे. गेल्या तीन वर्षांत तर मी हजारो मैल फिरलो आहे. येनकेन प्रकारेण मोठ्या प्रमाणावर संस्थात्मक बदल करणाऱ्यांबरोबर संवाद साधणे, त्यांना मार्गदर्शन करणे हाच या भ्रमंतीमागचा एकमेव उद्देश होता. साधारणत: नव्याची नवलाई संपल्यावरदेखील जे बदल टिकून राहिले, त्यांनी मला नेहमीच प्रेरित

केलं आहे. तसं तर सगळे जणच आरंभशूर असतात; परंतु अथकपणे ध्येयाप्रती वाटचाल करण्याकरता प्रचंड प्रमाणात आंतरिक ऊर्मीची गरज असते. अनेक संस्थांना आंतरिक ऊर्मीचा स्रोत गवसलेला मला दिसून आला आहे. या अशा अस्तित्वात असणाऱ्या संस्थांमधून संपूर्णपणे झोकून देणाऱ्या अनेकांचे स्वभावविशेष, माझ्या या पुस्तकाच्या माध्यमातून तुम्हालादेखील जाणवतील. अर्थात या साऱ्या चतुराईचा शिरोमणी म्हणजे 'पाईक प्लस फिश मार्केट' आहे. फिशचा मूलस्रोतच तो आहे ना! अशाच अनेक ठिकाणांहून आम्ही कणाकणांनी हा सगळा मेवा गोळा करून आणला आहे.

या पुस्तकातून मासा कल्पनाविलास तुमच्या समोर येईल. पण तरीही हा डोलारा संपूर्णतया बिनबुडाचा नाही. आमच्या तिघांच्या अनुभवांच्या पायावर तो उभा आहे, हे नक्की. चार्टहाऊस लर्निंग या कंपनीमध्ये आजही देश-विदेशीच्या कथांचं-अनुभवांचं संकलन होतं. शक्यतांची शक्यता तिथे पडताळून पाहिली जाते. या कंपनीत जॉन ख्रिस्टेन्सेन फिशचा नित्य नवा पडताळा अनुभवतात. हॅरी पॉलतर फिशच्या व्याख्यानांपायी एवढे व्यस्त असतात की, क्वचितच एखाद्या दिवशी त्यांना फुरसत मिळते.

अर्थात आम्ही आज ज्या स्थानावर पोहोचलो आहोत, तिथवरच्या प्रवासात अनेकानेकांचा कळत-नकळत हातभार लागला आहे. त्या साऱ्यांनी आयुष्यात अंगिकारलेल्या सकारात्मकतेचा, नवीन शक्याशक्यतांचा परिपाक म्हणजे आमची विस्तारलेली दृष्टी आहे, असं म्हणता येईल हवं तर. सर्वच नवागतांना पहिल्याच प्रयत्नात यश लाभलंय, असं नाही म्हणता येणार. पण त्यांच्या यशाचे मापदंड हे त्यांच्या प्रयत्नातच दडले आहेत, हे खरं. काही जण त्या वाटेवर आहेत, तर काहींना दिशा गवसायची आहे; परंतु एकमात्र नक्की की त्यांची अंत:प्रेरणा त्यांना लवकरच योग्य दिशेला नेईल. असे प्रयत्न करणारा प्रत्येक जण आमचा गुरू आहे आणि म्हणूनच फिश! बोधकथा ही खरंतर तुम्हा साऱ्यांची कथा आहे, मी तर केवळ निमित्त आहे. सुयोग्य बदल टिकवून धरण्यासाठी धडपडणाऱ्या साऱ्यांच्या प्रेरणादायी प्रवासाची ओळख तुम्हाला व्हावी म्हणून हा लेखनप्रपंच.

स्टिफन सी. लन्डिन

Mehta Publishing House, Pune 411030.
✆ +91 020-24476924 / 24460313 / Mob. No. 9545000513
Email : production@mehtapublishinghouse.com
Website : www.mehtapublishinghouse.com

मोठ्या स्तरावर बदल घडवून आणायचा असेल, तर गरज असते प्रचंड प्रमाणात पुढाकार घेण्याची आणि यासाठी आवश्यकता आहे बाह्य प्रेरकांची. मुळातच एखादी नवीन ध्येयदृष्टी परिणामकारकपणे राबवण्यासाठी सगळ्यांचं अवधान-केंद्रीकरण करणं गरजेचं आहे.

परंतु बाह्यप्रेरकांचा परिणाम हा अल्पकालीन असतो. यथावकाश या बाह्यप्रेरकांची जागा नैसर्गिक स्त्रोतांनी आणि अंत:प्रेरणेने घेतली तरच बदलाचा पाठपुरावा केला जातो.

खाताना खाऊ या!

प्रत्येक रविवारी ऱ्होंडा आणि विल बुलक यांचा आखीव कार्यक्रम असतो. जेव्हा ऱ्होंडा गॉस्पल कॉयरमध्ये गाणं म्हणते, तेव्हा विल मुलांबरोबर चर्चमध्ये पहिल्या रांगेत बसून ते ऐकतो. मग ते सगळे जण नर्सिंग होममध्ये जातात. आजीबरोबर तास, दोन तास घालवतात. एखाद्या रविवारी मुलांना विशेष सूट म्हणून फास्ट फूड खाण्यासाठी मॉलमध्ये घेऊन जातात. खाण्यात दंग झालेली मुलं आणि झपाट्याने नाहीसे होणारे खाद्यपदार्थ पाहणं हे ऱ्होंडा आणि विलकरता मोठं विलोभनीय, खरंतर आश्चर्यकारक दृश्य असतं. मुलांचं खाऊन झालं की, मग विल त्यांना आणि त्यांच्या बेबीसिटरला एखाद्या छानशा सिनेमाला नेऊन बसवतो. तोवर ऱ्होंडा 'ब्रंच' या छोटेखानी; पण सुप्रसिद्ध रेस्टॉरंटच्या रांगेमध्ये लागते. त्या नेमाप्रमाणे ती आजही त्या रांगेत उभी होती. विलीची वाट पाहता-पाहता तिचं मन गुड समारिटन हॉस्पिटलच्या विचारात कधी गुंग झालं ते तिला कळलंच नाही. न्यू जर्सी आणि आजूबाजूच्या तीन राज्यांमध्ये मिळून गुड समारिटन हॉस्पिटलच्या बारा शाखा होत्या. गेल्या अकरा वर्षांपासून ती तिथे काम करत होती. आपल्या कामाचा विचार मनात येताक्षणीच ती अचानक गंभीर झाली.

"सुंदर चेहऱ्यावर ही उदासी का?" विलच्या प्रश्नाने ती भानावर आली.

"ओह, विल! सॉरी रे. मी ना हॉस्पिटलच्या आणि कामाच्या विचारात हरवले होते. रविवारचा सर्वांत पहिला आणि महत्त्वाचा नियम 'कामकाज बंद' माझ्याकडून चुकून मोडला गेला. खरंच सॉरी! बरं, मला सांग, आपण आता मोठ्ठे झालो आहोत असं वाटणाऱ्या अकरा वर्षांच्या आपल्या मुलाला आणि अजूनही थिएटरमध्ये बाहुली घेऊन येणाऱ्या आपल्या सात वर्षांच्या मुलीला बघण्याजोगा सिनेमा तुला मिळाला का?"

"अगं, त्यांचा नेहमीचाच प्रयत्न त्यांनी आजही करून पाहिला. माइकला 'रिटर्न ऑफ शाफ्ट' पाहायचा होता. पण तो 'आर' श्रेणीचा असल्याने मी 'हो' म्हणणं शक्यच नव्हतं. मिआ तर कायम त्याच्या 'हो'ला 'हो' मिळवते. त्यामुळे शाफ्ट हा किती उत्तम मॉडेल आहे याबद्दल तिचं दुमत नव्हतंच. शिवाय तिच्या वयाचा विचार करता न बघण्याजोग्या दृश्यांच्या वेळेस तिच्या डोळ्यांवर हात ठेवण्याचीदेखील माइकची तयारी होती. पण मग मी जेव्हा त्याला 'जी' किंवा 'पी' श्रेणीचा सिनेमा पाहण्याबद्दल सुचवलं तेव्हा त्याने ते लगेच मान्य केलं. हॅरी पॉटरचा आत्ताच आलेला सिनेमा पाहायला बसले आहेत आता ते. ॲन पण म्हणाली की, तो सिनेमा छान आहे."

आपल्या अठ्ठावीस वर्षांच्या सावत्र मुलीचा, ॲनचा चेहरा ऱ्होंडाच्या नजरेसमोर क्षणार्धात तरळला. लॉस एंजेलिसमध्ये राहणारी ॲन सदा टवटवीत आणि प्रफुल्लीत असायची.

ऱ्होंडा आणि विलना तेवढ्यात बसायला जागा मिळाली. त्यांनी आपली ऑर्डर दिली. आपल्या बायकोच्या मनात वादळं थैमान घालताहेत, हे विलच्या लक्षात आलं होतं. त्याला माहिती असणाऱ्यांपैकी ऱ्होंडा ही सर्वांत हसतमुख आणि सदा प्रसन्न अशी व्यक्ती होती. म्हणूनच तो तिला 'हसमुख' म्हणायचा. कितीही चिडकी, वैतागलेली व्यक्ती तिच्या सहवासात आली तरीही केवळ पाच-दहा मिनिटांमध्ये तिच्याशी मनमोकळ्या गप्पा मारताना दिसे. पण आजचा नूर नक्कीच वेगळा होता. अगदी तिऱ्हाइतालादेखील जाणवलं असतं ते.

"ऱ्होंडा, मी काय म्हणतो. आपला रविवारचा नियम टाक बसवून

धाब्यावर. काहीतरी खटकतं आहे तुला, हो ना? तुला बोलून मोकळं व्हायचं आहे का?''

''विल, अरे माझी ही नवीन जबाबदारी माझ्याकडून तितकीशी नीट पेलली जात नाहीये.''

''असं होऊच शकत नाही.'' विलीच्या स्वरात तिच्याबद्दलचा विश्वास होता.

''तसं होतंय खरं! मॅडेलीन गेली आणि माझी बढती झाली तिच्या जागी. नाही का? मी स्वप्नातही विचार केला नव्हता की, मला हे काम झेपणार नाही म्हणून. तिची जागा घेण्याचा माझा अट्टाहास कधीच नव्हता. ती तर माझं आराध्य दैवत आहे. आमच्या हॉस्पिटल वॉर्डला तिने जणू संजीवनी प्रदान केली. नाहीतर त्या आधी त्या जागेपासून सगळे जण कोसभर दूर राहायचे. तिथलं वातावरण रटाळ, लोकं आळशी, कोण येणार अशा जागी? पण तिने त्या जागेचा कायापालट करून दाखवला. इतका जबरदस्त की आजही अनेक जण येऊन पाहून शिकून जातात. सहावा मजला म्हणजे दूर राहण्याची जागा, अशी दुष्कीर्ती पसरली होती. पण मॅंडेलिनच्या अथक परिश्रमांमुळे आणि पाठिंब्यामुळे आम्हा सगळ्यांनाच त्या ठिकाणी छानसं वातावरण आकाराला आणता आलं. मुख्य म्हणजे पेशंटच्या दृष्टीनेदेखील.

मॅडेलीन यायच्या आधी माझी स्वत:चीदेखील तयारी नसायची तिथे जायची. खरंतर माझ्यासाठी काम ही पूजा आहे. नर्सिंग हा श्वास आहे. तरीही 'हे कामच नको' अशी माझी मानसिकता होऊ लागली होती. माझ्या सकारात्मकतेची ती जणू सत्वपरीक्षाच होती. तुलाही आठवत असेल ना की रात्री घरी आल्यावर मी किती ढेपाळलेली असायची ते?

अशातच एक दिवस मॅडेलीनला बढती मिळाली, ती आमची बॉस म्हणून. मग तिने आम्हाला एक फिल्म दाखवली. आवर्जून वाचण्याकरता पुस्तक दिलं. त्या पुस्तकाचं नाव गमतीशीर होतं. आम्हाला खातरी होती की, ती आमची मस्करी करते आहे. आमच्या कामकाजाच्या जागी उत्साहवर्धक, आनंदी आणि पोषक वातावरण तयार करण्याच्या दृष्टीने ते पुस्तक अगदी योग्य होतं असं तिचं म्हणणं होतं. आम्ही विचारातच पडलो होतो.''

आपल्या पुढ्यातल्या अन्नाचा एक घास घेण्यापुरती ऱ्होंडा थांबली. विल म्हणाला, ''मला एक सांग, या तुझ्या सगळ्या मनोगतामध्ये 'आम्ही' हाच खरा परवलीचा शब्द आहे की नाही? आणि मला आठवतंय की, मँडेलिनची सारी भिस्त तुझ्यावर होती. सुरुवातीचा काही काळ तर तिच्या नवसंकल्पनेवर विश्वास ठेवणारी तू एकमात्र होतीस. तुमच्या जोडीला तिसरं कुणीही नव्हतं, नाही का?''

त्या दरम्यान ऱ्होंडाच्या इतर सहकाऱ्यांच्या मनामध्ये असलेला अविश्वास इतका तीव्र होता की, त्यापुढे ऱ्होंडा हतबुद्ध झाली होती. त्या सर्वांना त्या अभिनव प्रयत्नांबद्दल प्रचंड साशंकता होती. त्यांच्या मते इतर अनेक उपक्रमांसारखाच हादेखील एक उपक्रम होता. 'काही दिवस चालेल आणि मग होईल सगळं थंड! दुसरं काय होणारे म्हणा? फार-फार तर आठवणीदाखल एखादं टी-शर्ट मिरवायला मिळेल, अशीच प्रतिक्रिया सगळ्यांच्या मनात होती.

ऱ्होंडाने पुन्हा बोलायला सुरुवात केली, ''एका अर्थाने ते बरोबरच होतं. त्यामुळे कोणालाच दोष देण्यात अर्थ नाही. हेल्थकेअरच्या प्रांतामध्ये सातत्याने इतके चढ-उतार आणि बदल होताहेत ना की तिथे काम करणाऱ्यांनी जरा धास्तीच घेतली आहे सगळ्या प्रकाराची. पण मग जेव्हा त्यांना जाणवलं की, मॅडेलीन आणि मी काहीतरी भरीव असं करू बघतोय, तेव्हा मात्र जणू सगळ्यांची मरगळ कुठल्या कुठे नाहीशी झाली. सर्वांच्या वागण्या-बोलण्यात जाणवण्याइतका बदल झाला. इतरांनीही आमची दखल घ्यायला सुरुवात केली. मॅडेलीन तर सत्कारमूर्तीच बनली. तिच्यामुळेच साऱ्यांना आनंद, सहसंवेदना आणि ममत्वाचा संसर्ग झाला आहे, असं आम्ही म्हणू लागलो. आमच्या विभागाची घडी बसल्यानंतरच स्वाभाविकत:च ती हॉस्पिटलच्या इतर विभागांना मदत करायला पुढे झाली. तिचा तो स्वभावधर्मच आहे. तिच्या कामामुळे प्रेरित होऊनच मग व्यवस्थापनाने तिच्यावर हॉस्पिटलच्या पूर्व भागातील सर्व शाखांचा भार सोपवला ना!''

''ऱ्होंडा, माहितीये मला राणी हे सगळं. मॅडेलीन जबरदस्त बाई आहे खरी, पण तू काही कमी नाहीस. स्वत: मॅडेलीन तुला नावाजत असते. तिला खातरी होती की, तू न्यूरो वॉर्ड अतिशय समर्थपणे सांभाळशील. म्हणूनच तर तिने तुझ्या नावाची शिफारस केली ना!''

"हो, मला त्याचीही जाणीव आहेच. मीही खारीचा वाटा उचलला आहे. पण आत्ता जेव्हा सारी मदार माझ्यावर आहे, तेव्हा मात्र वाटतंय की, हे पेलण्याइतके माझे खांदे खरोखर सशक्त आहेत का? या आठवड्यात तर माझी खातरीच पटलीय की, आपण एकदम कच्चा भिडू आहोत."

"काही झालंय का?"

"होणार आहे! तीन आठवड्यांपूर्वी मी जुआनला आमच्या विभागात जॉईन करून घेतलं. काल तो मला येऊन भेटला. आम्ही न्यूरो वॉर्डमध्ये ज्याप्रकारे काम करत आहोत, त्याबद्दल त्याच्या मनात जराही साशंकता नाहीये. उलट त्याच्या तोंडी कौतुकच होतं; परंतु तरीही त्याला इथे परकेपणा जाणवतोय आणि म्हणूनच त्याला या विभागातून बदली हवी आहे. खरंतर तो या इथल्या कामासाठी इतका योग्य आहे ना! पण तो तर इथे राहायचंच नाही म्हणतोय. नक्कीच मी काहीतरी प्रचंड घोळ घालत असणार. पूर्वीसुद्धा लोक जायचे की आमचा विभाग सोडून; परंतु गेल्या दोन वर्षांत मात्र कुणी आपणहून दुसऱ्या युनिटमध्ये गेल्याचं मला तरी आठवत नाहीये. तसं पाहिलं तर सहाव्या मजल्यावरच्या आमच्या या युनिटमध्ये काम करायला येण्यासाठी अनेक जण उत्सुक आहेत. त्या पार्श्वभूमीवर इथे आलेली व्यक्ती इथे न रमू शकणं ही माझ्यासाठी तरी धोक्याची घंटीच आहे ना! पुनश्च हरी ॐ करावं लागणार की काय याची मला धास्ती वाटते आहे."

"का गं?"

"अरे, तसं अगदी नेमक्या शब्दांत मांडता येणार नाही मला; परंतु हल्ली वातावरणातील बदल मला नक्कीच जाणवू लागला आहे. म्हणजे कसं सांगू? अकारण गंभीरता जाणवते आहे. नर्सेसच्या आवाजामध्ये पूर्वी इतका दम नाहीये. असं वाटतंय, पेशंट्स नर्सेसना बोलावतात; पण नर्सेसची दखल घेण्याची तत्परता कमी झाली आहे. ते पेशंट्सनाच नाही तर एकमेकींना मदत करण्याची मानसिकता मंदावत चालली आहे. लक्षात येण्यासारखी गोष्ट म्हणजे एखादं त्रासदायक काम करायची वेळ आली की, सारेच्या सारे क्षणार्धात अदृश्य होतात रे!"

"मागच्याच आठवड्यातली गोष्ट सांगते. एका पेशंटला मॉर्फिनची ड्रिप सुरू होती. त्याला उलटी झाली. नेमकं त्या वेळेला मी तिथून जात

होते. त्याला ओकताना पाहून मी मदतीसाठी बेल वाजवली. नर्सनी ताबडतोब येणं अपेक्षित होतं. पण तुला सांगते, कितीतरी वेळ तिथे कुणी फिरकलंसुद्धा नाही. त्या पेशंटला स्वच्छ करून त्याचे कपडे बदलायला प्रहर लागला.''

''तुला काय म्हणायचंय ते मला अगदी बरोबर कळतंय. तुझी कामाची पद्धत आणि दर्जा मला माहितीये ना! तू त्याबाबतीत कधीच तडजोड करत नाहीस. तुमची गाडी रुळावर येईल गं. सध्या जरा नवीन आलेल्या आणि सुटीवर गेलेल्या स्टाफचं व्यस्त प्रमाण असल्यामुळे त्रास होत असेल, एवढंच. जरा कळ काढ. नव्याने आलेले लोक तुमच्या ढाच्यात अगदी चपखलपणे बसतील. मला खातरी आहे.''

''तुझ्या तोंडात साखर पडो, विल! कसंय ना, आपल्यावर टाकलेली जबाबदारी आपण समर्थपणे पेलू शकतोय की नाही या साशंकतेने मला पछाडलंय सध्या. माझ्यामुळे चालत्या गाड्याला खीळ नको रे बसायला.''

'गुड समारिटन'मधली प्रसन्न सकाळ

सहाव्या मजल्याचं दार उघडून व्होंडा रेस्टरूमकडे निघाली, तेव्हा सगळीकडे लगबग सुरू होती. रेस्टरूममध्ये कॉफीमशीन तर होतंच. शिवाय तिथल्या फ्रीजमध्ये रेडी-टू-इटचे चिक्कार प्रकार होते. रेस्टरूममध्ये शिरल्या-शिरल्या तिथल्या तिघांनाही तिने मोकळ्या मनाने 'गुडमॉर्निंग' म्हटलं. पैकी दोघांनी तिला तितकाच छान प्रतिसाद दिला. मात्र ज्युआनने तिची दखलसुद्धा घेतली नाही. तो एकटाच बसला होता आत्ममग्न होऊन. व्होंडाच्या मनात आलं की 'याला आज काय झालंय?'

त्यानंतर व्होंडा आपल्या ऑफिसकडे निघाली. तिचा रस्ता अनेक पेशंट्सच्या रूमसमोरून जात होता. दोन रूमवरचा लाइट लागला आहे, हे तिने पाहिलं. काय हवं आहे हे पाहण्यासाठी ती आधी पहिल्या रूममध्ये शिरली. तिथल्या पेशंटला प्यायला पाणी हवं होतं. त्यांना पाणी देऊन त्यांच्याशी दोन शब्द बोलून ती बाहेर पडली. त्या दुसऱ्या रूमचा लाइट अजूनही चालूच होता. म्हणून मग ती त्या खोलीकडे निघाली. तिथे दारातच दोन नर्सेस उभ्या होत्या. त्या खोलीमधली पेशंट लॉईस अँडरसन ही थोडीशी संकोची होती. तिला रात्रीची सोबत

करायला आलेली तिची मैत्रीण अजूनही झोपलेली होती.

ऱ्होंडा तिथे पोहोचली तेव्हा त्या दोन्ही नर्सेस चर्चेमध्ये हरवल्या होत्या. विषय होता आदल्या दिवशीचा 'गेम शो'चा एपिसोड. ऱ्होंडाच्या 'गुडमॉर्निंग'ने त्या दचकल्याच.

"गुडमॉर्निंग, ऱ्होंडा. काल रात्रीचा 'सर्व्हायवर'चा एपिसोड पाहिलास का? अरेरे, काय-काय खावं लागलं होतं त्यांना, तुझा तर विश्वासच नाही बसणार त्यावर."

"शक्य आहे. पण लॉईसच्या रूममधला हा लाइट केव्हाचा चालू आहे हे तुमच्या लक्षात आलंय का?" ऱ्होंडाने विचारले.

त्या दोघींनी चपापून लॉईसकडे बघितलं. ती जरा संकोचानेच म्हणाली, "मला जरा बाथरूम..."

"मी येते तुमच्याबरोबर." एकीने पटकन् सावरून घेतलं. दुसरी नर्स रूमच्या बाहेर पडली. ऱ्होंडादेखील तिच्यामागोमाग निघाली.

"रॉब, हे नक्की काय चाललं होतं?"

"ऱ्होंडा, खरंच सॉरी! पण त्याचं काय आहे, आम्ही दोघीही 'सर्व्हायवर'चा एकही एपिसोड चुकवत नाही आणि काल तर त्यांनी जे काही दाखवलं... छे! छे! बोलल्याशिवाय राहवलंच नाही आम्हाला."

"पेशंटच्या रूममध्ये...?"

"जरा चुकलंच, नाही का?"

"कसं आहे ना, पेशंटच्या रूममध्ये तुम्ही पेशंटच्या व्यतिरिक्त इतर कोणत्याही संदर्भात बोलूच कशा शकता, हाच माझ्यासमोर यक्षप्रश्न आहे आणि इथे तर तुम्ही चक्क टीव्हीशोची चर्चा करताय? लॉईसला बाथरूमपर्यंत जायला मदत हवी होती याचंही तुम्हाला भान नव्हतं, कमाल आहे! आपल्या इथे हे असं वातावरण..."

तेवढ्यात पॉल स्ट्रेचरवरून एका पेशंटला घेऊन आला. पॉल हा अतिशय प्रामाणिकपणे काम करणाऱ्यांपैकी एक होता. त्या स्ट्रेचरवर एक मध्यमवयीन पेशंट होता. स्ट्रेचरच्या हुकला दोन बाटल्या अडकवलेल्या होत्या.

"गुड मॉर्निंग पॉल. नवीन पेशंट आहे, की दुसऱ्या विभागातून इथे हलवलं आहे?"

"गेला आठवडा ॲबट अतिदक्षता विभागात होते. आजच सकाळी

त्यांना तिथून बाहेर आणलंय. मी त्यांना ६१४ नंबरच्या रूममध्ये नेतो आहे. काल रात्री जॉर्ज वॉशिंग्टन ब्रिजवर ॲक्सिडेंट झाला ना! त्या अपघातग्रस्तांना आपल्या हॉस्पिटलमध्ये आणलंय. नाहीतर खरं म्हणून अजून दोन-चार दिवस तरी ॲबटना अतिदक्षता विभागातून सोडलं नसतं.''

''पॉल, आलं माझ्या लक्षात! ॲबटकडे आम्ही विशेष काळजीपूर्वक लक्ष देऊ.''

ॲबट खरंतर कशालाच प्रतिसाद देत नव्हते. तरीही ऱ्होंडा त्यांच्या कानाजवळ तोंड नेऊन त्यांना म्हणाली, ''आम्ही सगळे मिळून तुम्ची नीट काळजी घेऊ हं! थोड्याच वेळात तुमच्या खोलीत येऊन मी तुमची नीट व्यवस्था झाली आहे की नाही ते बघते, बरं का!''

ती पॉलशी बोलत असताना रॉब हळूच सटकली होती.

ऱ्होंडा तिच्या केबिनमध्ये पोहोचली, तेव्हा तिचा फोन खणखणतच होता. त्यानंतर दिवसभर ती सतत काही ना काही कामात गुंतलेली होती. कुठे बेड्स कमी पडत होते, तर कुठे नर्सेसची कमतरता होती. पेशंटस्‌चे कुटुंबीय भेटायला थांबले होते. कर्मचाऱ्यांना कुठल्या ना कुठल्या बाबतीत संवाद साधायचा होता, त्या मजल्यावर मधून-मधून नजर टाकावी लागत होती, प्रशिक्षणाचे कार्यक्रम चपखलपणे बसवायचे होते. एक ना दोन, मारुतीच्या शेपटाप्रमाणे कामांची यादी लांबतच होती. दुपार होत आली तरी ऱ्होंडाला क्षणभराचीदेखील उसंत मिळाली नव्हती. इतक्यात अजून एक प्रसंग घडला आणि तिच्या मनाचा तळ पुन्हा एकदा ढळला गेला.

सहाव्या मजल्यावरच्या मध्यभागी असलेल्या नर्सेस स्टेशनच्या दिशेने ती निघाली होती. त्या ठिकाणी तिन्ही बाजूंच्या कक्षांकडे जाता येतं. शिवाय तिथेच लिफ्ट्‌ससुद्धा आहेत. ती तिथे पोहोचली तर मार्ज बेथला काही सूचना देत असताना तिनं ऐकलं. तिला आपले उमेदवारीचे दिवस आठवले. तेव्हा ती बेथसारखी तरुण आणि अननुभवी होती, पण तिच्यातले नेतृत्वगुण तेव्हादेखील लपले नव्हते. बेथशी बोलणारी मार्ज ही पंचवीस वर्षांच्या आपल्या नर्सच्या कारकिर्दीत अगदी मुरलेली तर होतीच, पण पुरेशी कठोरदेखील होती. बेथ नुकतीच ड्युटीवर आली होती. त्यादृष्टीने मार्ज तिला सूचना देत होती,

“हे बघ बेथ, तो ६१४चा पेशंट म्हणजे ना वैतागच आहे. मला तर कळतच नाहीये की त्याला अजून एखाद दिवस अतिदक्षता विभागात का नाही ठेवलंय. त्याला सतत कशाची तरी गरज असतेच. त्यामुळे त्याच्या रूमचा लाइट आल्यापासून लागलेलाच आहे. बरं, त्याला काय हवंय हे पाहायला आपण त्याच्या रूममध्ये गेलो तर तो काय बोलतोय हेच मुळी आपल्याला कळत नाही. आधीच तर इथे कामाचे डोंगर उपसावे लागताहेत आणि त्यात याची भर! म्हणतात ना दुष्काळात तेरावा महिना, तसंच झालंय.” तणतणतच मार्ज निघून गेली.

“हॅलो बेथ, आपल्या नवीन पेशंटबद्दल म्हणजे ॲबटबद्दलच मार्ज बोलत होती, नाही का?”

“ऱ्होंडा अरे, मला दिसलीच नाहीस तू आलेली. मार्ज एका समस्येबद्दल मला सूचना देत होती.”

“नाव असलेला नवीन आलेला एक पेशंट, ही तर ती समस्या नाही ना?”

“अं, म्हणजे...” बेथला पुढे काहीच बोलवेना. तिच्या चेहऱ्याचा खरंतर रंगच उडाला होता.

“बेथ, माझी तुझ्यावर भिस्त आहे. तुझ्याकडून वारंवार चुका झालेल्या कशा चालतील, सांग बरं? मला तर याहून खूप मोठं ओझं पेलायचं आहे बघ. इथे नक्की काय चाललंय हे मला कळेनासं झालं आहे. तुला काय जाणवतंय ते सांगशील का मला? या सहाव्या मजल्यावर नर्सिंगच्या, शुश्रूषेच्या अभिनव कल्पना राबवायचं असं जेव्हा आपण ठरवलं, तेव्हा त्याचा अंगीकार करण्यासाठी तूच तर हिरिरीने सामोरी आली होतीस. आपल्या कामाला आपण आपल्या मूलभूत उत्साहाची जोड देतोच. शुश्रूषेच्या दर्जाबरोबरच आपल्या कामकाजाच्या अनुभवाला एक उत्कृष्ट आयाम मिळाला याची साक्षीदारदेखील तूच तर होतीस. केवळ आपल्या पेशंट्सच्याच प्रती नाही, तर एकमेकांसाठीसुद्धा संपूर्ण उपस्थित राहायचा आपला निर्णय सर्वांत आधी समर्थपणे पेलणारीदेखील तूच होतीस. नाही का? आणि आता संपूर्ण हॉस्पिटलमध्ये आपल्या विभागाचं अनुकरण केलं जात आहे, याचीही साक्षीदार तू आहेस. या सगळ्या नवीनतम योजनेला मूर्त रूप देताना प्रत्येक पावलावर तुझी साथ होती. मात्र आजमितीला आपली

सगळ्यावरची पकड सुटत चालली आहे. माझ्यामुळे होतंय का हे? की काही वेगळं घडतंय, जे माझ्या लक्षात येत नाहीये?''

''छे गं ऱ्होंडा, असं काहीसुद्धा मला जाणवलं नाही. आपण ज्या अभिनव पद्धतीने इथे हा उपक्रम राबवत आहोत, त्याबद्दल मला आजही तितकीच आत्मीयता आहे. कधी एकदा मी इथे कामावर पोहोचते, असं रोजच मला होतं. दिलेल्या योगदानाचं अगदी चीज होतं बघ इथे. हं, आता बेडपॅन देणं, सलाइन चढवणं अशी काही अपवादात्मक कामं आहेत, जी करणं मला भावत नाही. पण त्याही पलीकडे जाऊन मी म्हणेन की, आपलं एकीने काम करणं आणि आपण देत असलेली रुग्णसेवा याबद्दल मला खूप आत्मीयता वाटते.''

''कारण ऱ्होंडा, तू ती मासे व्यापाऱ्यांची कथा सांगितली होतीस ना, त्यांची तन्मयता आणि संपूर्णपणे उपस्थित राहण्याचा निर्णय काळजाला भिडला होता. माझ्या पेशंट्सना त्यामुळे किती प्रचंड फरक पडला, हे मी पाहिलं आहे. पण कधी-कधी इतका ताण येतो की मग सगळ्या शक्याशक्यतांचा, परिणामांचा विचार झुगारून द्यावासा वाटतो. कशाचीही उमेद वाटेनाशी होते. आता आजचंच बघ ना! एकही रूम रिकामी नाहीये. शिवाय, अनेक पेशंट्सकडे विशेष लक्ष पुरवणं गरजेचं आहे. कामाच्या प्रचंड ओझ्याखाली आमच्यापैकी बहुतांश लोक गाडले गेले आहेत. कदाचित आमचं चित्त विचलित झालं असेल आताशा. पण तू गैरसमज नको हं करून घेऊ. आपण साऱ्यांनी मिळून जे विश्व इथे उभारलंय ना त्याबद्दलचा माझा दृष्टिकोन आजही तितकाच सकारात्मक आहे.''

''बेथ, आपण या सहाव्या मजल्यावर शुश्रूषेला नवीन आयाम द्यायचं ठरवलं, तेव्हा तू काय म्हणालीस ते आठवतंय का? मला तर तुझा शब्दन् शब्द आठवतोय.''

''नाही, माझ्या तितकंसं लक्षात येत नाहीये, ऱ्होंडा.''

''तू म्हणाली होतीस की, 'नर्सेसच्या भूमिकेतून आम्ही पेशंट्सच्या शारीरिक गरजांकडे लक्ष पुरवतो; परंतु त्यांना सजग मन आणि आत्माही आहे हे लक्षात घेण्याची वेळ आली आहे.' बेथ, तुझे ते शब्द माझ्या अंतःकरणाला भिडले होते गं. बहुधा मी माझ्या या भावना तुझ्याजवळ कधीच व्यक्त केल्या नसाव्यात. आपण आजवर केलेल्या प्रगतिपथावर

टिकून राहायचं असेल, तर नव्याने मार्ग शोधण्याची गरज आज निर्माण झाली आहे. आपल्या पेशंट्सप्रमाणेच आपलेही मन आणि आत्मा आपल्याबरोबर सदैव असतातच, नाही का? आता जर आपण कमी पडलो ना तर मग आपल्या हातातून सगळंच सुटेल बघ.''

''नाही नाही ऱ्होंडा. आपल्याला माघार घेऊन चालणार नाही. नर्स होण्याचा माझा निर्णय हा जाणीवपूर्वक होता. पण तरीही सततच्या तणावाखाली काही गोष्टी विसरायला होतात. दिवसामागून दिवस प्रचंड ताण असल्यामुळे अनेक महत्त्वाच्या बाबी दुर्लक्षित होऊ लागतात. तुलादेखील हे मान्य करावं लागेल की आपल्या विभागामध्ये काम प्रचंड प्रमाणात वाढलं आहे. शिवाय मदतीचे हातदेखील कमी पडताहेत. माझी खूप दमछाक झालीये. जीव अगदी मेटाकुटीला आला आहे. पेशंट्सना उत्तम तेच द्यायचा माझा मानस आहे. मात्र आजमितीला पेशंट्सना तर सोडाच, स्वत:लादेखील न्याय देणं कठीण होऊन बसलंय.''

''बेथ, अगं मला पूर्ण कल्पना आहे याची. मला हल्ली वाटायला लागलं आहे की उत्साह, ऊर्जा, उत्सुकता यांची सांगड घालणं, एक नवीन सुरुवात करणं खरंतर किती सोपं होतं. पण त्यामध्ये सातत्य राखणं मात्र खरोखरच महाकठीण काम आहे.''

''पण निदान ज्यावर भिस्त ठेवता येईल असं काहीतरी आहे आपल्याकडे, नाही का? आपण साऱ्यांनीच खूप मोठं योगदान दिलं आहे. अनेक दिवसांची कठोर तपश्चर्या आहे या निर्मितीमागे. त्याचं जतन केलं पाहिजे.''

''शिवाय, आपल्याला हेदेखील लक्षात घेतलं पाहिजे की, हा अखंड चालणारा वसा आहे. त्यात खंड पाडून कसं चालेल बरं? माझी मुलगी ॲन आहे ना तिला हे प्रकर्षाने जाणवलं ते तिच्या गाडीमुळे. गाडीमधली ऑईल लेव्हल चेक करायला ती विसरली. इतकी लहानशी बाब होती; परंतु तिला खूप झटके घ्यावे लागले. त्यावरून देखभालीची नितांत आवश्यकता तिच्या लक्षात आली आणि तिला साक्षात्कारच झाला की, मानवी नातेसंबंधांनादेखील हेच सूत्र चपखलपणे लागू होतंय.''

''ऱ्होंडा, तुला नेमकं काय म्हणायचं आहे हे मला समजलंय. माझ्याकडे पिढ्यान्‌पिढ्या चालत आलेल्या चांदीच्या काही सुंदर वस्तू

आहेत. माझ्या कुटुंबाच्या भूतकाळाशी मला जोडणारा हा दुवा मला खूप भावतो; परंतु आधीच्या पिढ्यांनी त्या वस्तूंची नीट देखभाल केली नसती, काळजीपूर्वक जतन केलं नसतं, तर मग त्या वस्तू दुर्लक्षित राहिल्या असत्या. आज त्या जशा माझ्या काळजाचा ठेवा बनल्या आहेत, तशा बनू शकल्या नसत्या. मी एका चिरंतन अनुभवाला मुकले असते. आता मीसुद्धा त्या वस्तूंची जपणूक आणि देखभाल करते. येणाऱ्या पिढ्यांच्या हाती त्या संपन्न अवस्थेत सोपवण्यासाठी त्यांची व्यवस्थित निगा राखली गेली पाहिजे, नाही का? आणि मग त्या लहानशा वस्तूंना जे लागू पडतं तेच गाड्यांना लागू पडतं, नात्यांना लागू पडतं आणि सहाव्या मजल्यावरच्या आपल्या या युनिटलादेखील लागू पडतं. ऱ्होंडा, अगं इथलं काम सुकर होण्यासाठी मदत करायची आहेच. पण वाटतं तितकं ते साधं-सरळ नाहीये. इथे कामाचं, वेळेचं आणि उत्साहाचं गणित काही जुळत नाही बघ.''

''मलाही त्याची जाणीव आहेच ना! पण त्याचबरोबर मला खातरीदेखील आहे की, यावर आपण मार्ग काढू शकू.''

तेवढ्यात ॲबटच्या रूमचा लाइट लागला आणि सारी मरगळ झटकून प्रसन्न मनाने आणि तत्परतेने बेथ तिकडे वळली.

या फोनची नितांत आवश्यकता होती

''हॅलो, मी ऱ्होंडा बुलक बोलते आहे. मार्गो कार्टरशी बोलता येईल का?''

''ऱ्होंडा, अगं मीच बोलते आहे. बरं झालं, तू फोन केलास ते! किती दिवसांत तुझा आवाजच ऐकला नव्हता. न्यू जर्सीमध्ये सगळं ठीकठाक आहे ना? कालच मी विलशी बोलले. हॉस्पिटलचं रूटीन कसं चाललंय? नाही, नाही थांब. उत्तर देणं अपेक्षितच नाहीये. आपण ना जेवायला भेटू या आणि पोटभर गप्पाच मारूयात. नाहीतर असं करू या. संध्याकाळी भेटू म्हणजे थोडा जास्त वेळ हातात असेल. माझ्या घराजवळ एक मस्त सुशी रेस्टॉरंट उघडलंय. मला खातरी आहे की, तुलाही ते तितकंच आवडेल. कधी भेटायचं सांग. या आठवड्यात जमेल का तुला? काय म्हणतेस बोल.''

मोठ्या हिरिरीने आपण एखादी अभिनव कल्पना स्वीकारतो; परंतु नव्या नवलाईचे चार दिवस सरले की, जुन्या सवयी तोंड वर काढू लागतात.

त्यामुळे होतं काय की, उत्साहाच्या आणि जोमाच्या भरात आपण गाजावाजा करीत सुरुवात केलेली असली तरी लवकरच हे उसनं अवसान ओसरू लागतं. मात्र नव्या पायवाटेवर चालत राहण्यासाठी अधिक सखोल आणि दमदार अशा आंतरिक प्रेरणेची नितांत आवश्यकता असते.

मतभिन्नता ही आयुष्यातील अटळ सत्यता आहे. परंतु पाठ फिरवणं टाळता येण्याजोगं असतं.

तसं म्हटलं तर ऱ्होंडा मुखदुर्बळ नव्हती; परंतु तिची मैत्रीण मार्गो अतिशय बोलघेवडी होती. त्यांची मैत्री अगदी बालवाडीतच जुळली होती. कॉलेजपर्यंत दोघी एकत्रच होत्या. त्यानंतर ऱ्होंडा न्यू जर्सीला आली आणि मार्गो मॅनहॅटनलाच राहिली.

''मार्गो, काहीच हरकत नाही. बोल, कधी, कुठे, केव्हा?''

''मग गुरुवारी संध्याकाळी सहा वाजता सुलिव्हन् स्ट्रीटवरच्या 'ताकारा टू' या रेस्टॉरंटमध्ये भेटूयात! ब्लिकर आणि ह्युस्टन यांच्या दरम्यान असलेल्या एका छोट्या उपनगरात ते आहे. ज्या ठिकाणी तुला एक लांबलचक रांग दिसेल ना तिथे थांब. तीच ती जागा असेल आणि थंडी पडू लागली आहे. तेव्हा गरम कपडे घातलेले बरे. आपल्याला कदाचित वाट पाहत बाहेर तासभर तरी काढावा लागेल. चल तर मग गुरुवारी भेटूयात.''

बापरे! हिची तर राजधानी एक्स्प्रेसच सुटली होती की! नुसतं ऐकून ऱ्होंडाची दमछाक झाली. *आणि बाहेर तासभर तर काढावा लागेल म्हणजे...? मग अशा ठिकाणी जायचं बरं? पण असो! मार्गोनी ती जागा निवडली आहे, तर तिथे नक्कीच काहीतरी खास असणार म्हणा. तसंही मार्गोबरोबर कुठेही, कधीही आणि कसाही घालवलेला वेळ खासच असतो.*

'ताकारा टू'

ठरल्याप्रमाणे गुरुवारी ऱ्होंडा मार्गोला भेटायला निघाली. विलने मुलांची जबाबदारी घेतली आणि तिने मॅनहॅटनसाठी पाथ ट्रेन पकडली. ब्लिकर स्ट्रीटवरून ती रमत-गमत सुलीव्हन स्ट्रीटकडे निघाली. सोहो आणि ग्रिनविच एकमेकांना अगदी लगटून बसले होते. मॅनहॅटनच्या ज्या भागामध्ये माणसं आणि इमारती या दोन्ही आघाड्यांवर प्रचंड वैविध्य होतं. *संध्याकाळी हा भाग किती गजबजलेला असतो, हे मी पार विसरले होते.*

चालता-चालता ती सुलीव्हन स्ट्रीटला लागली. रस्त्यापलीकडच्या एका रेस्टॉरंटने तिचे लक्ष वेधून घेतलं. अगदी यथातथा दिसणाऱ्या त्या रेस्टॉरंटच्या दर्शनी दरवाजावर चक्क रंगीत मेणकापडाचे छप्पर आणि

आजूबाजूला पारदर्शक प्लॅस्टिकचे कागद लावले होते म्हणूनच तिला ते दिसलं, नाहीतर थंडीमुळे पटकन् अंधारून आलं होतं. अशा वेळेस रस्त्याच्या पलीकडे नजर जाण्याची शक्यता कमीच होती. तरीही तिला जाणवलं की, तिथे दहा-पंधरा लोक उभे आहेत.

तिने घड्याळात पाहिलं तर सहा वाजून पाच मिनिटं झाली होती. 'काय बरं नंबर सांगितला होता मार्गोनी?... हं, २८४. सुलीव्हन स्ट्रीट, नाही का? हं, म्हणजे *मार्गोने उल्लेख केलेली ती लाइन तीच असणार, रस्त्यापलीकडची... पण ही प्लॅस्टिकची काय भानगड आहे बरं?'* क्षणार्धात तिच्या मनात विचार तरळून गेले.

तेवढ्यात तिच्या बाजूने एक पिवळी टॅक्सी भर्रकन् गेली. मग तिने रस्ता क्रॉस केला. त्या इमारतीच्या खिडकीवरच तिला 'ताकारा टू' हे नाव दिसलं.

"ऱ्होंडा, इकडे... या लाइनमध्ये, अगदी शेवटी बघ!"

तिने मान वर करून आवाजाच्या दिशेला पाहिलं आणि तिला मार्गो दिसली. मार्गोपुढे एक तरुण जोडपं उभं होतं. कडाक्याच्या त्या थंडीत एकमेकांच्या मिठीची ऊब अनुभवणाऱ्या त्या जोडप्याच्या मागून मार्गोने हाक मारली होती.

"तू रस्त्याच्या त्या बाजूला काय करत होतीस?" मार्गोने विचारलं.

"आपण ज्या गावात जन्मलो तिथलाच रस्ता शोधायची वेळ आली आहे बघ! खरंच पाथ रेल्वे स्टेशनपासून इथवर रमत-गमत येताना इतकं छान वाटलं ना! सगळ्या जुन्या आठवणी जाग्या झाल्या. हा परिसर किती देखणा आहे हे विसरलेच होते बघ.

"ताकारा टू पाहून आश्चर्य वाटलं का?"

"खरं सांगायचं तर तू जेव्हा म्हणालीस ना की लोक रांगा लावून उभे राहतात, तेव्हा नक्कीच काहीतरी वेगळी, भव्यदिव्य वास्तू असेल असं वाटलं होतं."

तेवढ्यात लाइन जरा पुढे सरकली. त्या रंगीत 'ऑनिंग'खाली आल्यावर ऱ्होंडाने सगळीकडे नजर टाकली. आतमध्ये बऱ्याच ठिकाणी हिटर्स लावले होते. तिथून रेस्टॉरंटचा आतला भाग दिसत होता. लांबलचक लाकडी टेबल्सची मांडणी सर्वत्र नजरेस पडत होती. जेमतेम फिरण्यासाठी जागा दोन टेबल्सच्या दरम्यान सोडलेली होती.

"माझी ही निवड पाहून तुला आश्चर्य वाटलं का?"

"आश्चर्यापेक्षा उत्सुकता वाटते आहे. मला वाटलं होतं की एकदम मॉड रेस्टॉरंट असेल. न्यू यॉर्क म्हटलं की, मॉडर्नशिवाय दुसरं काही डोक्यात येतच नाही बहुधा."

"तू म्हणतेस ते खरंच आहे आणि तसे मॉडर्न, आधुनिकपणाचे साज ल्यायलेले अनेक सुशी रेस्टॉरंट इथे आसपाससुद्धा अगदी डझनानी आहेत. तिथे तर असं लाइनमध्येसुद्धा थांबावं लागलं नसतं. मात्र या इथे दुपारी चारपासूनच रांगा लागायला सुरुवात होते. पार मध्यरात्रीपर्यंत हेच दृश्य दिसतं इथे. हे एक मोठं आश्चर्य आहे खरंतर."

तेवढ्यात एक वेटर अतिशय अदबीने त्यांच्याजवळ आला. त्याच्या हातातल्या ट्रेमध्ये वेगवेगळ्या 'सुशी' मासल्यादाखल ठेवलेल्या होत्या. त्यापैकी 'न्यू यॉर्क रोल' नावाची सुशी त्यांना चाखायला देऊन तो तिथून गेला.

"मग, काय म्हणतंय नवीन काम? पेशंटच्या शुश्रूषेला एक नवीन मिती प्राप्त करून देणं आणि नंतर ती जबाबदारी सर्वार्थाने निभावणं हा अनुभव किती सुंदर असेल ना?"

"ए प्लीज हं, माझ्या कामाच्या ठिकाणच्या कटकटींबद्दल बोलून इतक्या सुरेख संध्याकाळचा पचका करण्याची माझी मुळीच इच्छा नाहीये, बरं का!"

"कटकटी...?"

"ए मार्गो, तुला भेटून मला प्रचंड आनंद झाला आहे. किती दिवसांच्या गप्पा साचल्या आहेत आपल्या. पण एकदा का मी माझ्या कामाच्या संदर्भात बोलायला सुरुवात केली ना, तर इतर कुठल्याही विषयाला डोकं वर काढायला वाव मिळणार नाही. तेव्हा जाऊ दे ना!"

"ऱ्होंडा, आपली मैत्री आज इतकी वर्षं टिकून आहे. कारण आपण प्रत्येक वेळेस खंबीरपणे एकमेकींच्या पाठीशी उभ्या राहिलो आहोत. आपण कुठल्याही विषयावर एकमेकींशी बोलू शकतो. हो की नाही? सांग तरी एवढं काय बिनसलंय ते!"

"तू म्हणतेस त्याप्रमाणे पेशंटच्या शुश्रूषेला एक नवीन परिमाण बहाल करण्यात आम्हाला यश आलं आहे हे नक्की; परंतु त्याची परिणामकारकता दिवसागणिक धूसर होताना जाणवतेय मला. जणू

हातातून काहीतरी सुटून जातंय. काय करावं हेच कळत नाहीये बघ. हातातून पाणी कसं निसटून जातं ना तसंच काहीसं चाललं आहे हे. आपण एका प्रचंड गजबजलेल्या हॉस्पिटलमध्ये काम करत आहोत ही जाणीव सगळ्यांना प्रकर्षाने व्हायला लागली आहे. त्यामुळे त्यांचं अवधान हल्ली विचलित होऊ लागलं आहे.''

''आता इतकी माणसं एकत्र काम करणार म्हणजे थोडीफार मतभिन्नता असणारच, त्यात काही विशेष काळजीचं कारण नव्हतं. काही लोक दुसरीकडे जातात; काहींना बढती मिळते, काही पुढे शिकतात. कधी कौटुंबिक समस्या असतात. हे सगळीकडेच होतं; परंतु हल्ली झालंय काय, की लोकांना आमच्या विभागातून बाहेर पडावंसं वाटतंय. गेल्या कित्येक वर्षांत असं झालं नव्हतं.''

''काय अचूक वर्णन केलं आहेस तू! प्रत्येक वेळेस आपण भेटतो तेव्हा तुझ्यातली प्रगल्भता आणि नेतृत्वगुण अधिकाधिक उत्तम प्रकारे मला जाणवू लागतात. तुझं बरोबर आहे. वैचारिक मतभिन्नता सगळीकडेच असते. लोक दुसरीकडे जातात. आवडी-निवडी बदलतात, बढत्या होतात; परंतु खास करून एखाद्याचं ठरावीक विभागाकडे पाठ फिरवावीशी वाटणं संस्थेच्या दृष्टीने घातकच आहे.''

उराशी बाळगलेलं सत्य प्रत्यक्षात उतरवणं शक्य असतं. आपल्या आजूबाजूला वावरणाऱ्या शक्यता जाणून घेणं, त्याकरता गरजेचं असतं. एकदा का त्या तशा पाहिल्या आणि जाणल्या की कृतीमध्ये उतरवण्याचाच अवकाश... आपल्या ध्येयपूर्तीचे क्षण आपल्या नजरेच्या टप्प्यात आलेच म्हणून समजा.

“आता बघ, आम्ही नुकतंच ज्युआनला आमच्या विभागाकडे घेतलं आहे. आमच्या विभागाकरता आम्हाला जसा माणूस हवा होता तसाच तो आहे. पण अवघ्या काही दिवसांतच तो इथे राहायचं नाहीये म्हणतोय. बरं, त्याचं कारण ऐकलं तर तू थक्क होशील. तो म्हणतोय की सहाव्या मजल्यावर जाणवणारी ऊर्जा त्याला खूप आवडते; परंतु त्याला इथे खूप उपऱ्यासारखं वाटतंय. इथल्या कर्मचाऱ्यांबद्दल त्याची तक्रार आहे असं म्हणावं, तर तसंही नाही. ते सगळे अगदी नम्र आहेत, एकमेकांचा आदर करतात. पण त्याला कुठेतरी आत्मीयतेचा अभाव जाणवतो. मॅडेलीन इथे होती तेव्हा कधी असा अनुभव नाही आला. तू मगाशी माझी प्रगल्भता आणि नेतृत्वगुणाचं कौतुक केलंस खरं पण मला तर माझ्या पात्रतेविषयीच शंका येऊ लागली आहे. मी तर तिच्या पासंगालाही पुरी पडत नाहीये. आमच्या पेशंट्सच्या आणि आमच्याही करता आम्ही सहाव्या मजल्याचा कायापालट केला होता खरा; परंतु पुन्हा पहिले पाढे पंचावन्नची वेळ येते आहे की काय असं वाटतंय. मुळातच हेल्थकेअर हा अतिशय ताण निर्माण करणारा विषय आहे. या ताणावर आम्ही शोधलेला उपाय बहुधा अल्पजिवी ठरणार असं दिसतंय. काय करावं हेच मला कळेनासं झालं आहे.

“ऱ्होंडा, तुझ्या लक्षात येत नाहीये का हे सगळं असंच घडणार होतं. मॅडेलीन जरी अजूनही इथेच असती तरीही हीच वेळ आली असती.”

“म्हणजे? तुला म्हणायचंय तरी काय?”

“हे बघ, मी माझ्यावरून तुला सांगते. एखादा बदल घडवून आणणं ही वेगळी गोष्ट आहे; पण तिचा पायंडा पाडणं ही सर्वस्वी वेगळी बाब आहे. एखादी नवीन गोष्ट रुजवायचा प्रयत्न आपण केला की, जुन्या सवयी डोकं वर काढतातच. नव्याच्या नवलाईत जुन्याचा ओढा जाणवत नाही, एवढंच. पण मग नवीन वाटा रुळायची वेळ आली की, पाय आपोआपच जुन्या मळलेल्या वाटांची दिशा पकडू पाहतात. नेमक्या त्याच वेळेस गरज असते ती नेटाने आपलं चित्त स्थिर करण्याची आणि त्यासाठी लागते मनाची दृढनिश्चयी बैठकसुद्धा. सुरुवातीच्या काळात कसं, तुम्ही करत असलेल्या कामांमधून तुम्हाला बाह्यप्रेरणा आणि उमेद मिळते; परंतु आपण त्याला अंत:प्रेरणेची कितपत आणि

कशी जोड देतो यावरच त्या करत राहण्याला गती तरी मिळते किंवा स्थगिती.''

''तुला एवढं कसं माहितीय गं?''

''मध्यंतरी मी एक कस्टमर सर्व्हिस प्रोजेक्ट केला होता. त्या वेळेसचा माझा अनुभवच माझ्या तोंडून बोलतो आहे बघ. आपण जेवता-जेवता त्या विषयावर सविस्तरपणे बोलूच. पण त्याआधी तुला एक कबुलीजबाब द्यावासा वाटतोय.''

''कसला?''

''परवा मी फोनवर तुला म्हटलं नाही का की मी विलशी बोलले, त्याबद्दल काही सांगायचं आहे. मुळात आपण आज इथे जेवायला भेटलो त्यामागे तेच कारण आहे. तुझ्याशी बोलायला मी फोन केला खरा; पण तू घरातच नव्हती. विलला काहीतरी बोलायचं होतं. हॉस्पिटलमध्ये तुझ्यासमोर जी समस्या उद्भवली, त्याबद्दल आणि त्यातून मार्ग काढण्यासाठी तुझा जो आटापिटा चालला आहे, त्याबद्दल तो माझ्याशी बोलला. खरंच, त्याला तुझी किती काळजी आहे!''

''माझ्या अपरोक्ष तुम्ही दोघं माझ्याबद्दल बोललात?'' ऱ्होंडा खरंतर उसळलीच होती; परंतु त्या दोघांचाही सद्हेतू लक्षात आल्यामुळे आपलं उसळणंही चुकीचं आहे हे तिला जाणवलं.''

''तूच फोन केला म्हणून मला फावलं. नाहीतर मग मी तुला फोन करणार होते.''

''तर तुला असं म्हणायचं आहे की, माझ्याजागी कोणीही म्हणजे अगदी मॅडेलीन जरी असती तरी ही अशीच वेळ आली असती, नाही का? हे एक अटळ असं चक्र आहे, असं तुला वाटतंय. मला तर वाटतंय की मीच या कामाला पुरेसा न्याय देऊ शकत नाहीये.''

''हे बघ, तुला आत्ता ज्या अडचणी जाणवताहेत ना त्यात जगावेगळं काहीच नाही. हे लक्षात घे की, अशाही व्यक्ती आहेत ज्यांनी या सर्व अडचणींवर मात करून घवघवीत यश संपादन केलं आहे. आपण मघाशी ज्या रांगेत उभ्या होतो, तिची सुरुवात साधारण चार वर्षांपूर्वी झाली आणि आजतागायत त्यामध्ये खंड पडलेला नाहीये. न्यू यॉर्कच्या दृष्टीने हा कालावधी खूप मोठा आहे. नाही का? आपण रेस्टॉरंटमध्ये शिरलो ना की मग तू मिसेस ईशीहारा यांना भेटशील. तिला ईशी

म्हटलेलं आवडतं. तिचा नवरादेखील भेटेल आपल्याला. अर्थात, त्याकरता त्या दोघांना आवर्जून वेळ काढावा लागतो. आपण दोघी आज येणार आहोत हे त्यांना ठाऊक आहे. माझ्या ऑफिसच्या संदर्भात तिनेच मला गुरुपदेश केला आहे आणि माझी खातरी आहे की, तुझ्या बाबतीतसुद्धा मदतच करेल.''

''बँकिंगच्या संदर्भात तुला एक सुशी शेफची मदत झाली आहे असं तुझं म्हणणं आहे?''

''अगदी हेच म्हणायचंय मला. तूही बघशीलच तिचे नेतृत्वगुण आणि सगळ्यात महत्त्वाचं म्हणजे चालत्या गाडीला न थांबता अखंड इंधन पुरवठा करण्याचं सूत्र तिला उमजलं आहे.''

''तुझी मैत्रीण आहे म्हणतेस, तर मग आपण अशा रांगेत ताटकळत का उभ्या?''

''मैत्री मैत्रीच्या जागी आणि व्यवसाय व्यवसायाच्या. व्यवसायात ती कुणाला डावंउजवं करत नाही. इथे येणारा प्रत्येक खवैय्या तिच्याकरता सारखाच तोलामोलाचा आहे.''

''आत्ता आलं माझ्यात लक्षात! मुळात या भेटीमागे उद्देश आहे तो ती तिचा व्यवसाय कशा प्रकारे चालवते हे पाहणं, बरोबर ना?''

''अगदी खरंय. सिॲटलमध्ये 'इशी ताकारा' नावाचं रेस्टॉरंट चालवत होती. तिचा कौटुंबिक व्यवसाय होता तो. मात्र आपण खास 'सुशी शेफ' व्हावं ही तिची आंतरिक इच्छा होती. 'महिला सुशी शेफ' ही खरंतर खंडग्रास सूर्यग्रहण पाहूनदेखील दुर्मीळ परवणी आहे; परंतु तिने निश्चयच केला होता बघ! तिचा नवरा अत्यंत उमदा तर आहेच; पण एक अत्युत्कृष्ट शेफसुद्धा आहे. इशी आपला व्यवसाय सांभाळत असतानाच नवऱ्याच्या हाताखाली 'सुशी' करण्यात पारंगत झाली. तिला जेव्हा स्वत:च्या पाककौशल्याची खातरी पटली, तेव्हाच तिने आपलं 'सिॲटल ताकारा' बहिणीच्या स्वाधीन केलं. आपलं स्वप्न पूर्ण करण्यासाठी ती न्यू यॉर्कला आली. आपल्यासमोर दिसणारं 'ताकारा टू' त्याचंच परिणामस्वरूप आहे. यु.एस.मधल्या सर्वोत्तम सुशी शेफमध्ये तिचं नाव आदराने घेतलं जातं.''

''पण ती इथेच का आली?''

''स्वाभाविकच आहे ना गं? न्यू यॉर्कच्या खवय्यांची कीर्ती कुणाला

माहीत नसेल?''

एव्हाना ती लांबलचक रांग चांगलीच पुढे सरकली होती. बोलता-बोलता त्या दोघी हॉटेलच्या प्रवेशद्वाराशी आल्या होत्या. दारावरचा प्लॅस्टिकचा पडदा हाताने हलकेच बाजूला सारून त्यांनी आत पाऊल टाकलं. बाहेरच्या थंडीच्या तुलनेत आतलं वातावरण मस्त उबदार होतं. एका उंच वेटरने अदबीने त्यांचं स्वागत केलं. त्या दोघींनी आपली नावं त्याला सांगितली आणि मग दोघीही तिथे असलेल्या गर्दीत मिसळून गेल्या. विविध वेषभूषांचं तिथे जणू संमेलनच भरलं होतं. एक जपानी कुटुंब तर तिथे होतंच; शिवाय, त्यांच्या जोडीला ऑफिसमधून थेट आलेले काही जण होते. चित्रविचित्र कपड्यांतली तरुण मंडळींची गर्दीसुद्धा होतीच. एका तरुणाने चेहऱ्यावर इतक्या ठिकाणी टोचलं होतं की, तिळमात्र जागाही शिल्लक नव्हती. तिथे जमलेल्या खवय्यांच्या निरीक्षणात दोघी दंग असतानाच तो उंच वेटर तिथून नाहीसा झाला आणि क्षणातच दोघींकरता दोन मेन्यूकार्ड घेऊन परतला. अतिशय सुरेख हस्ताक्षरामध्ये रेखीवपणे खाद्यपदार्थांची वैशिष्ट्य मांडली होती. मात्र मार्गोने आपल्या हातातील मेन्यूकार्ड ऱ्होंडाकडे दिलं. ''अगं, मी चश्मा ऑफिसमध्ये विसरले आहे बहुधा. जरा वाचून दाखवतेस का?''

ते ऐकून आतल्या उंच वेटरच्या चेहऱ्यावर हलकंसं स्मित उमटलं. अतिशय अदबीनं त्यानं ऱ्होंडाच्या हातातली जास्तीचं मेन्यूकार्ड घेतलं आणि हॉटेलच्या आतल्या बाजूस दिसेनासा झाला. इतक्यात भोजनाने तृप्त झालेले अनेक जण आतून बाहेर आले. त्यामुळे आपोआपच बाहेरच्यांना आत जाता आलं. तेवढ्यात तो मघाचा वेटर पुन्हा तिथे पोहोचला. आता त्याच्या हातात एक ट्रे होता आणि त्यावर हारीने मांडलेले वेगवेगळ्या नंबर्सचे चश्मे होते. मार्गोला सुखद आश्चर्याचा धक्का बसला. काहीशा कौतुकाने तिने त्यातला हवा तो चश्मा उचलला. पुन्हा एकदा त्या वेटरने तिच्या हातात मेन्यूकार्ड दिलं. आत्ता मार्गोने आपुलकीने त्याचे आभार मानले. ऱ्होंडा या देवाण-घेवाणीकडे विस्मयाने पाहत होती. ''अगं, इथे नेहमीच काहीतरी नवीन अनुभवायला मिळतं.'' मार्गोने म्हटलं.

''तुमचं टेबल तयार आहे.'' अतिशय गोड आवाजात कुणीतरी अदबीने म्हटलं.

त्या दोघीही आता रेस्टॉरंटच्या आतल्या भागामध्ये शिरल्या. पारंपरिक जपानी पद्धतीने त्यांचं स्वागत करण्यात आलं आणि त्यानंतर चक्क सगळ्या स्टाफने टाळ्या वाजवल्या. ते सगळं किती मनापासून होतं हे त्यांच्या स्वरावरून आणि देहबोलीवरून कळतच होतं. अशा स्वागताने येणारा भरून पावला नाही तरच नवल!

एका टेबलच्या टोकाशी जाऊन त्या दोघी विराजमान झाल्या. तिथे बाजूलाच सुशी घडवण्याचं काम चालू होतं. तिथल्या वातावरणामध्ये आपलेपणा इतका झिरपला होता की त्या दोघींनी शेजाऱ्यांकडे पाहून चक्क स्मित केलं. न्यू यॉर्कमध्ये असं कुणीही कुणाकडेही पाहून हसत नाही तरीही आणि त्यांना लगेच तितकंच प्रसन्न आणि सस्मित प्रत्युत्तर मिळालं. मग काय विचारता! त्या दोघी अजूनच विसावल्या. त्यांच्या टेबलच्या मागे असलेल्या काउंटरवर चार सुशी शेफ अगदी काटेकोरपणे, लयबद्ध हालचाली करत सुशी घडवण्यात मग्न होते. सुशी करता-करता ते एकमेकांना साद घालीत होते. त्याचबरोबर नवीन खवय्यांचा प्रवेश झाला की, टाळ्यांनी स्वागतदेखील करत होते. तिथली सजावट म्हणाल तर त्यामध्ये एकदम भारी असं काहीच नव्हतं खरंतर पांढऱ्याशुभ्र भिंती, टांगून ठेवलेले मासे, हाताने बनवलेले सिल्कचे भित्तिचित्र. भिंतीवरून पुढे सरकलेले पाइप्स, वापरात असलेले; परंतु स्वच्छ आणि नीटनेटकी टेबल्स आणि अनेक खुर्च्या त्या हॉलमध्ये होत्या. एकही खुर्ची रिकामी नव्हती. एकंदरितच तिथे एक प्रकारची अदब दिसून येत होती.

ईशीला ओळखणं अगदीच सोप्पं होतं, कारण सुशी बनवणाऱ्या त्या चौघांमधली ती एकमेव स्त्री होती. त्या दोघी खुर्चीत विराजमान होत असतानाच ईशीने हलकेच मार्गोला डोळा मारला.

"मग, कसं काय वाटतंय 'ताकारा टू'?"

ऱ्होंडाने काही उत्तर देण्याआधीच एक वेटर तिथे आला. "तुम्हाला काय प्यायला आवडेल? काय जाणून घ्यायला आवडेल?"

त्या दोघींनी चहा मागवला आणि मेन्यूकार्डवर नजर टाकली. मग मार्गो हसून म्हणाली की 'ईशीलाच ठरवू दे.' वेटरने तर हसून संमती दिलीच; परंतु ईशीनेदेखील मान्यता दिली.

ऱ्होंडा झुकून म्हणाली, "मार्गो, सुशी खूप प्रसिद्ध आहे खरी; परंतु

मला मात्र डाएट सोडा आणि खास आपले पदार्थच आवडतात.''

''तू माझ्यावर विश्वास ठेव राणी. मी तुला काहीच्या बाही खाऊ घालणार नाही.''

''हं, ठीक आहे.''

तेवढ्यात तो वेटर पुन्हा प्रकटला. त्या पहिल्या उंच वेटरच्या चेहऱ्यावर जी अदब दिसून आली होती, अगदी तशीच अदब त्याच्या चेहऱ्यावर होती. त्याने आदरपूर्वक त्या दोघींसमोर चहा तर ठेवलाच. शिवाय ऱ्होंडासमोर डाएट सोडादेखील. ती तर आश्चर्याने स्तिमितच झाली. तिने त्या वेटरकडे पाहिलं तर अतिशय प्रसन्नपणे त्याने मान डोलावली.

''मला कल्पना आहे की, तू सुशीच्या प्रांतात जरा अनभिज्ञच आहेस. मुळात आपण इथे आलो आहोत ते इथलं जेवण चाखायला नाहीच मुळी. पण मी हे मात्र आवर्जून सांगेन की, इथला प्रत्येक पदार्थ हा केवळ अप्रतिम आहे.''

''ओह! म्हणजे आपण ईशीला भेटायला आलो आहोत तर!''

''हो, अर्थात मी विलशी बोलल्यानंतर स्वत:शी काही आडाखे बांधले आहेत आणि त्यावरून माझी अशी कल्पना झाली आहे की, तुला याचा उपयोग होईल. पण एक लक्षात घे की, मला जर असं वाटलं की माझा आडाखा चुकलाय, तर मात्र आपण फक्त झक्कासपैकी जेवण करू आणि घरी जाऊ. मात्र जर माझा अंदाज अचूक असेल, तर सुग्रास भोजनाच्या जोडीलाच आपण एका जबरदस्त महिलेची ओळख करून घेणार आहोत. कामकाजाची धुरा यशस्वीपणे खांद्यावर कशी वाहायची याचे इंगित तिला कळून चुकलंय.''

''तुला आत्ता जी समस्या जाणवते आहे ना तसंच काहीसं माझ्या बाबतीत माझ्या बँकेत झालं होतं. अनोख्या पद्धतीने ग्राहकसेवा देण्याकरता मी पुढाकार घेतला होता. एकंदरीतच त्यामध्ये आम्हाला इतकं यश आलं होतं की, बँकेत तर सगळ्यांना खूप रुचलं होतं; परंतु बँकेच्या बाहेरही सगळे जण अतिशय प्रभावित झाले होते. तुझ्यापुढे स्वत:च्याच कौतुकाचं तुणतुणं मी किती वेळा वाजवलं होतं हे माझ्या चांगलंच लक्षात आहे.''

“हो, मला आठवतंय. WOW असं नाव दिलं होतंस त्या पद्धतीला, नाही का?”

“चांगलं लक्षात आहे की तुझ्या!”

“काय झालं पुढे WOW चं?”

“माझ्या बँकेने नेतृत्व प्रशिक्षण कार्यक्रमासाठी संपूर्ण न्यू यॉर्क शहरातून माझी निवड केली आणि नेमकं त्याच सुमारास आमच्या अभिनव ग्राहकसेवेचेदेखील तीन-तेरा वाजायला सुरुवात झाली. आता कल्पना कर, माझ्यासाठी ते सगळं किती प्रचंड मनस्तापाचं ठरलं असेल. एकीकडे सन्मान आणि दुसरीकडे अपयश. या दोन्हीचा मेळ कसा घालावा हे मला कळेनासं झालं होतं.”

“अगं हो, मी समजू शकते तुला काय म्हणायचंय ते. मी स्वत: फ्लोअर नर्स होते, त्या दरम्यान तुझी जी घालमेल झाली होती, ती पाहून माझी तर खातरीच झाली होती की, व्यवस्थापन हा आपला प्रांतच नाही. आज पुन्हा एकदम मला प्रकर्षाने जाणवतंय की मी नर्सच्या भूमिकेतच राहायला हवं होतं.”

“ऱ्होंडा, ऐक माझं. सगळं काही ठीक होईल बघ. जरा धीर धर. तुझ्यात उपजतच नेतृत्वगुण आहेत. आमच्या त्या नेतृत्व प्रशिक्षणाच्या दरम्यान माझी ईशीशी पहिली भेट झाली. तिचं व्यवसायाचं कौशल्य वादातीत आहे. ती माणसांना अशी काही खुबीनं जोडते ना की, ती माणसं परत-परत तिच्याकडे येत राहतात. इतकंच नाही, तर तिच्या एकदा संपर्कात आलेली व्यक्ती आपसूकच इतरांना तिच्याबद्दल भरभरून सांगत राहते. ईशी, तिचा नवरा आणि इथे काम करणारा प्रत्येक जण एका समान सूत्रामध्ये बांधले गेले आहेत. खरंतर आजूबाजूला इतकी प्रचंड स्पर्धा चालू आहे ना की त्यात तग धरून राहणं कठीणच आहे. पण ईशी आणि तिची टीम या सगळ्यात आगळीवेगळी दिसते आहे. आपलं सुशी रेस्टॉरंट खवय्यांच्या गळ्यातला ताईत बनावं ही त्यांची सुप्त इच्छा आज पूर्ण झालेली दिसते.”

“त्यांच्या या यशाचं गमक कशात आहे?”

“थोडा धीर धरावा लागेल, बाईसाहेब! आधी आपण सुग्रास भोजनाचा आस्वाद घेऊ आणि मग अन्नपूर्णेशी गप्पा मारू. खरंतर व्यवस्थापन या विषयावर मी अनेक पुस्तकं वाचली आहेत; पण

एखाद्या संस्थेत स्थिरस्थावर होणं आणि आपलं उद्दिष्ट आपल्या नजरेच्या टप्प्यात ठेवून ते गाठणं हे मी जाणून घेतलं तेच मुळी ईशीमुळे.''

तेवढ्यात त्यांची फर्माइश घेऊन वेटर आलाच. दोघींच्या समोर त्याने एक देखणा मासा ठेवला. मसाल्याचा घमघमाट त्यांच्या नाकाला सुखावून गेला. 'मिस कार्टर, तुम्हाला पुन्हा इथे पाहून खूप छान वाटलं. मिस बुलक, तुम्हालाही ताकारा टू खूप आवडेल अशी आशा व्यक्त करतो. या तुमच्या बाजूच्या छोट्याशा टेबलवर मी छोटीशी सुशी ठेवतोय. तुम्हाला काही हवं असल्यास तुम्ही ती उचला किंवा खायला घ्या म्हणजे मला कळेल की तुम्हाला काहीतरी हवंय.' असं म्हणून त्याने बाजूच्या छोट्या टेबलवर अदबीनं सुशी ठेवली.

''थँक्यू. मी तुम्हाला एक प्रश्न विचारू का?... ताको.'' ऱ्होंडानं त्याच्या शर्टच्या खिशावरच्या त्याच्या नावाकडे पाहून म्हटलं.

''जरूर.''

''तुम्हाला कसं कळलं मला डाएट सोडा हवा आहे? शिवाय तुमच्या मेन्यूकार्डवर पण त्याचा काहीच उल्लेख नाहीये की! म्हणजे बरं झालं तुम्ही मला तो दिलात, पण मला जरा उत्सुकता वाटते आहे.''

''आमच्या मेन्यूकार्डवर त्याचा काही उल्लेख नाही, कारण आपण त्याचा स्टॉक ठेवत नाही. पण बाजूच्या गल्लीत एक छोटंसं दुकान आहे तिथे तो मिळतो. शिवाय मलाही जरा पाय मोकळे करायची इच्छा होती म्हणून मी चटकन गेलो आणि पटकन घेऊन आलो. पण तुम्हाला नको असेल तर मी परत नेऊ शकतो.'' छानसं हसत तो म्हणाला आणि बाजूला नुकतंच मोकळं झालेलं टेबल स्वच्छ करायला गेला.

''चला, आता पुढ्यात आलेल्या या माशाचा आस्वाद घेऊ या. त्याच्याकडे पाहूनच जाणवतंय की तो तोंडात विरघळणारे. चल, उचल त्या चॉपस्टिक्स आणि होऊन जाऊ दे सुरुवात.''

''ए, पण त्याला 'माझं' नाव कसं कळलं गं?''

मार्गोने हसून उत्तर दिलं, ''आपण रांगेत उभ्या असताना त्यांनी आपली नावं लिहून घेतली होती की नाही?''

''हो, आठवलं! इतकंच काय, त्यांनी दोन-तीन वेळा आपलं नावं उच्चारूनसुद्धा पाहिलं. मला ते काहीसं गमतीशीर वाटलं होतं खरं; परंतु आत्ता मला लक्षात येतंय की त्यांनी येऊन आपल्या नावाची

ओळख साऱ्यांना करून दिली. कधी बरं आत गेले असतील ते?''

''हे सगळं कधी होतं माहीत नाही; परंतु दर वेळेस काहीतरी नवीनच गंमत अनुभवायला मिळते हेच खरं.''

इतकं बोलून त्या दोघीही समोर ठेवलेल्या पदार्थांच्या स्वादात हरवून गेल्या. वेगवेगळ्या चवी चाखत-चाखत त्यांचं जेवण झालं. मधेच एकदा एक वेटर त्यांच्याजवळ येऊन बसला. त्याने त्यांना सुशीबद्दल थोडीशी माहिती दिली. खरंतर जेमतेम एक मिनिटभरच तो तिथे होता. पण ना त्याने विचारलं की जेवण कसं होतं, ना त्याने घाई केली परत जायची. एकंदरीतच तिथे जेवण्याचा अनुभव हा अतिशय अविस्मरणीय ठरला, त्या दोघींकरतादेखील.

ध्येयपूर्तीचे क्षण...?

''काय मग 'सुशी' कशी वाटली?'' हा प्रश्न ऐकताच ऱ्होंडा आणि मार्गोने आपलं बोलणं थांबवून आवाजाच्या दिशेनं पाहिलं. स्वत: ईशीच त्यांच्या बाजूला उभी होती.

''अतिशय चविष्ट बनवली होती. ईशी, ही ऱ्होंडा, माझी मैत्रीण. गुड समारिटन हॉस्पिटलमध्ये काम करते. मी तुझ्याकडे सुतोवाच केलं होतं बघ हिच्याबद्दल. ''

''ऱ्होंडा, 'ताकारा टू'मध्ये मी तुझं स्वागत करते. खरंतर आत्ता फार वेळ देणं शक्य नाहीये. पण म्हटलं, तुम्हाला दोघींना निदान हॅलो तरी म्हणावं म्हणून आले. काहीही मदत लागली तरी ती करायला मी तयार आहे, बरं का! दोन वर्षांपूर्वी मार्गोबरोबर तिच्या बँकेच्या संदर्भातील समस्या सोडवताना खूप मजा आली होती. खरं म्हणजे एवढ्या मोठ्या 'हेल्थ केअर'चा गाडा हाकणं प्रचंड जिकिरीचं काम असणार. माझ्या या पिटुकल्या सुशी रेस्टॉरंटचा अनुभव तिथे असा कितीसा पुरा पडणार म्हणा? परंतु मार्गोला मात्र वाटतंय की, आम्ही इथे वापरत असलेले काही उपाय नक्कीच उपयुक्त ठरतील. तुला काही विचारायचं असेल तर तू विचारू शकतेस.''

''ईशी, अगं अशी काय जादू आहे की, ज्यामुळे लोकं बाहेर रांगा लावून वाट पाहतात. एक नाही, दोन नाही तर तब्बल चार-चार वर्षं

हाच पायंडा पडलाय जणू!''

ईशीच्या चेहऱ्यावर मोठं हसू उमटलं. ''अगदी खरं सांगू? एका वेळेस ध्येयपूर्तीचा केवळ एकच क्षण!''

''ध्येयपूर्ती? ती कशी?''

''इथे काम करत असताना आम्ही प्रत्यही एक सुंदर अनुभव घेत असतो. शिवाय, याची अनुभूती इतरांना देता यावी हा प्रयत्नदेखील करत असतो. गेली चार वर्षे दर्दी खवय्ये इथे रांग लावून उभे राहताहेत. अगदी खरं आहे ते. पण कदाचित उद्या इथे कुणी येणारसुद्धा नाही. काहीही कारण घडू शकेल. आम्हाला साऱ्यांनाच ही जाणीव आहे आणि म्हणूनच आम्ही आमच्या ध्येयपूर्तीचे सारे क्षण जाणीवपूर्वक जगत राहतो. मार्गोनी आणि मी तो प्रशिक्षण कार्यक्रम केला होता ना त्यावेळेस त्यांनी आम्हाला खूप छान समजावलं होतं की 'आपण जे काही निर्माण करू पाहत आहोत त्याची संपूर्ण कल्पना तर आपल्याला हवीच, पण त्याचप्रमाणे आपल्या उद्दिष्टांची व ध्येयांचो सांगड आपल्या दूरदृष्टीशी उत्तमप्रकारे घालता यायला हवी आणि म्हणूनच प्रत्येक दिवशी अशा अनोख्या रितीने साकार होणाऱ्या त्या प्रत्येक क्षणाला आम्ही 'ध्येयपूर्तीचा क्षण' म्हणतो. अशा या अनेक कणा-कणांनी आणि क्षणा-क्षणांनी ताकारा-टूची ध्येयपूर्तीची वाटचाल सुकर झाली आहे बघ.''

''मी स्वतःच तर अशा अनेक क्षणांची साक्षीदार झाले आहे. इथे आल्यापासून डाएट सोडाचा अनुभव विसरणं तर केवळ अशक्य.''

''हो! मीही पाहिलं की ते. ती ताकोची खासियत आहे. इथे येणाऱ्या प्रत्येकाला एखादा तरी अविस्मरणीय अनुभव देण्याचा त्यांचा प्रयत्न असतो.''

''तुमच्याकडची सुशी इतकी चविष्ट बनण्यामागे तेही एक कारण असेल ना?''

''अर्थातच! हे बघ आमच्याकडची सुशी जशी मस्त असते, तशीच बाहेर अनेक ठिकाणी मिळत असणार नाही का? परंतु त्या सुशीच्या चवीला इथे मिळणाऱ्या अनुभवाची जोड मिळते आणि मग मात्र तिची चव अधिक मुरते. असंच म्हणेन मी तर. कदाचित आमच्याकडे जाणवणारा स्वर्गीय अनुभवच ग्राहकांना आमच्याकडे खेचून आणतो.

रांगेमध्ये ताटकळत उभं राहायला भाग पाडतो. शिवाय, आमचा सतत हाच प्रयत्न असतो की, इथलं वास्तव्य, अनुभव अधिकाधिक अप्रतिम करायचा.''

''म्हणजे जरा समजावून सांग ना, अनुभव कसा अप्रतिम करणार गं?''

''तूच सांग बरं मला. तुझ्या मनात तर तो अगदीच ताजा आहे ना!''

''हं! प्रयत्न करून पाहते. पण एखादा महत्त्वाचा मुद्दा सुटला तर वाईट नको हं वाटून घेऊस. तुमच्या मेन्यूकार्डवर उल्लेख केलेला प्रत्येक पदार्थ हा अतिशय दर्जेदार आहे. तुमच्याकडच्या पदार्थांच्या दर्जाप्रती तुम्ही यत्किंचितही तडजोड करत नाही. मार्गो मघाशीच म्हणाली की समजा, एखाद्या दिवशी तुम्हाला हवा तशा दर्जाचा ट्युना मिळाला नाही तर तुम्ही त्यादिवशी ट्युना सर्व्ह करत नाही. तुमच्या या हॉटेलची सजावट करतानाही तुम्ही कुठेही भपकेदार, दिमाखदार, झगमगाटाला बळी पडलेला नाहीत. अतिशय साधी सजावट, जरासा जुन्या जमान्याचा स्पर्श यामुळेदेखील इथल्या वातावरणाची वेगळीच छाप पडते आहे. त्यातून पुन्हा इथे काम करणारे सगळेच जण खूप सौम्य आहेत. शिवाय त्यांनी जाणीवपूर्वक स्वत:ला इथल्या ढाच्यात ढाळून घेतलं आहे. भरीत भर म्हणजे बाहेर कडाक्याच्या थंडीत आम्ही हुडहुडत असताना आम्हाला सुशीचा जो मासला चाखायला मिळाला ना, त्यामुळे तर फारच बहार आली. जीभ जणू चटावलीच.''

ध्येयपूर्तीच्या दिशेने वाटचाल करीत असताना 'आपले आपण' शोधणं गरजेचं तर आहेच आणि याकरता आवश्यकता आहे ती आपल्या कामासंदर्भात आपल्या सहकर्मचाऱ्यांसमवेत संवाद साधायची. मात्र या संभाषणांना कुठलाही गिलावा नसावा. ती निखळ असावीत. तितकीच नीडरदेखील असावीत.

निखळ एवढ्याच करता, कारण तिथे थापांना किंवा बढायांना थारा नाहीये. सच्चेपणाची नितांत गरज आहे.

नीडर याकरता की, आपण ज्या कामाच्या ठिकाणी दिवसाचे इतके तास व्यतीत करतो तिथे अशी संभाषणं म्हणजे जणू संजीवनी असते. आयुष्यात समाधानाची जाणीव होण्यासाठी ते उपयुक्तच आहे.

ईशी मिस्किलपणे म्हणाली, "खरंच, बाहेरच्या थंडीचा सामना करण्याइतकी ऊब नाहीच देता आली गं!"

ऱ्होंडा पुढे म्हणाली, "तुम्ही रेस्टॉरंटच्या बाहेर ज्या कनाती उभारल्या आहेत ना त्या पाहूनच लक्षात येतं की, तुम्हाला लोकांबद्दल किती आपुलकी आहे. इथली गर्दी हा तुमच्या लोकप्रियतेचा पुरावा आहे. आम्ही आत येत असताना तुम्ही केलेलं आमचं उत्स्फूर्त स्वागत खूप काही सांगून गेलं आणि मला स्वत:ला सर्वाधिक भावलेली गोष्ट म्हणजे तुमच्या इथल्या स्टाफने आम्हाला दिलेला वेळ, इथली गर्दी, कामाचा ताण, घाई-गडबड या कशाचीही तोशीस त्यांनी आम्हाला लागू दिली नाही. खरंतर ही पूर्ण संध्याकाळच काय मी तर रात्रभर इथे राहायला तयार आहे. दुसरी एक गोष्ट माझ्या लक्षात आलीये ती म्हणजे आम्ही पदार्थांचा आस्वाद घेत असताना आम्हाला कोणीच घाई केली नाही. मात्र प्रत्येक पदार्थ संपल्याक्षणी दुसरा हजर केला जात होता. वाट पाहणाऱ्या इतर खवय्यांचा विचार नक्कीच त्याला कारणीभूत होता. काय, बरोबर ना?"

"चल, तू उद्यापासून इथे कामाला येऊ शकतेस?" ईशीच्या या बोलण्यावर तिघी अगदी मनमोकळ्या हसल्या.

आत्ता ईशीनी ऱ्होंडाकडे मोर्चा वळवला, "अगं खरंच, तू येऊ शकतेस मदतीला? आमची या व्यवसायाबद्दल असलेली ध्येयं, आमचे अनुभूतीचे क्षण तू कसे अचूक पकडले आहेस बघ. खरी मेख कुठे आहे सांगू का? आपले वैयक्तिक आणि सामूहिक ध्येयपूर्तीचे क्षण एकत्र गुंफणं, तेही चपखलपणे, यातच सारं यश सामावलं आहे. मार्गोनी मला सांगितलंय की तू गुड समारिटनमध्ये काही उल्लेखनीय बदल घडवून आणले आहेत. अगं, ही तर केवळ सुरुवात आहे. एक क्षण येतो की, सगळं काही ठप्प झाल्यागत वाटतं. अशाच वेळेस पुन्हा एकदा झडझडून कामाला लागावं लागतं. सर्वांना नव्याने उद्युक्त करावं लागतं. तुला जी मदत लागेल ती करायला मी तयार आहे बघ."

"म्हणजे तुला असं म्हणायचं आहे का, 'गुड समारिटन'मध्ये जाऊन मी आता 'ध्येयपूर्तीचे क्षण' या विषयावर बोलावं?"

"राणी, मी असं सुचवेन की तू आणि मार्गो एक छानसा फेरफटका मारून या. तोवर मी इथल्या सगळ्यांच्या ऑर्डर्स पूर्ण करतो. म्हणजे

माझाही हात मोकळा होईल. मग बसू आपण बोलत. चालेल का?''

ऱ्होंडाने मार्गोकडे पाहिलं. ''काय हरकत आहे? मला तरी चालेल.''

''मलासुद्धा.''

''ठीक आहे मग. तासाभरात येतोच.''

सुशीच्या मागावर

इतकं बोलून त्या तिघीही उठल्या. ईशीनी झक्कासपैकी जपानी भाषेत एक पल्लेदार वाक्य फेकलं. काउंटरवरच्या तिन्ही शेफनी तिची 'री' ओढली. त्यांना खूप हसू आलं होतं ते म्हणताना.

''मार्गो, काय म्हटलं असेल गं हिने? ते बघ, सगळे कसे हसताहेत.''

''मला वाटतं, ती म्हणाली असावी, सुशी चेटकीण परतते आहे हो!''

''अगं, ते सगळे नेहमीच अशा गमती-जमती करतात. इथलं वातावरण नेहमीच प्रफुल्लित असतं.''

मग ऱ्होंडाने विलला फोन करून यायला उशीर होण्याबद्दल कल्पना दिली. त्या दोघी तिथून बाहेर पडल्या. अचानक पुन्हा एकवार ऱ्होंडाच्या मनात आशेच्या किरणांनी दाटी केली. ''चार वर्षं! हं... कदाचित.''

''चल, फेरफटका मारता-मारता आजूबाजूच्या सुशी रेस्टॉरंटचा अंदाज घेऊ या. पाहू या तर खरं, कसा प्रतिसाद आहे त्यांना.'' मार्गोने सुचवलं.

तिथे जवळपास असलेल्या तीनही सुशी रेस्टॉरंटना त्यांनी भेट दिली. खरंतर भुकेची वेळ होती. पण कुठेही ओसंडून वाहणारी गर्दी दिसली नाही. एक अतिशय पॉश रेस्टॉरंट तर रिकामं होतं. त्या हॉटेलला नटवायला लाखो रुपये ओतल्याचं दिसून येत होतं.

मार्गोला बोलल्याशिवाय राहवलं नाही. ''बघ की ऱ्होंडा, पैशांनी विकत घेता येईल अशी प्रत्येक गोष्ट त्यांच्याकडे आहे. तरीही ग्राहकांना संतोष वाटेल असा अनुभव ते देऊ शकत नाहीयेत. त्यांच्याकडे मिळणारी सुशी अगदी नक्कीच स्वादिष्ट असणार; परंतु त्यांना स्वतःच्या ध्येयाबद्दल प्रचंड संदिग्धता आहे. नाहीतर अगदी जागतिक दर्जाची

सजावट करूनही त्याला शाभेलशी वातावरणनिर्मिती त्यांना का बरं करता येऊ नये?''

''ऱ्होंडा, आपल्या सहाव्या मजल्यावर नक्की काय हवं आहे ते तुला आणि तुझ्या स्टाफला व्यवस्थित उमगलं आहे. तिथल्या रुग्णांना आणि इतरांनादेखील तुम्ही अतिशय सुंदर अनुभव दिला आहेत. तिथे आलेल्याच्या तना-मनावर मलमपट्टी होणार, हे नक्की. आता प्रश्न फक्त एकच आहे. जे वातावरण तुम्ही घडवलंय ते तसंच ठेवणं, त्यातलं चैतन्य सतत तेवत ठेवणं. तुम्ही एका विशिष्ट टप्प्यावर पोहोचून एक उंची गाठली आहेत. तिथून तुमची घसरण होता कामा नये.''

'गंभीर चर्चा'

सगळीकडे फेरफटका मारून त्या 'ताकारा टू'मध्ये परतल्या तेव्हा ईशी त्यांची वाट पाहत होती. अजूनही तिथे काही खवय्ये पोटपूजा करत होते. त्यांच्या चेहऱ्यावरचा आनंद निर्विवाद होता. ऱ्होंडानेदेखील आता अवांतर बोलण्यात वेळ न घालवता मूळ मुद्द्यालाच हात घातला. शिवाय, तसेही सगळे जण दिवसभराचे दमलेले होतेच.

''ईशी, माझ्या जागी तू असतीस, तर तू कुठून सुरुवात केली असतीस?''

''मी थेट संभाषणाला सुरुवात करेन. माझ्या बोलण्याचे महत्त्वाचे दोन मुद्दे असतील– काम आणि आपले आपण!''

''आपले आपण? म्हणजे...?''

''हे बघ, ऱ्होंडा आपली वैयक्तिक ध्येयदृष्टी म्हणजे 'आपले आपण'. अनेकदा काय होतं ना की संस्थांची उद्दिष्ट ही आवश्यकतेहून अधिक शब्दबंबाळ बनवली जातात. मग ती निष्कारणच अनाकलनीय होऊन बसतात. अर्थात प्रत्येक कंपनीमध्ये अनेकानेक स्टॉकहोल्डरचा प्रचंड सहभाग बघता ते एका प्रकारे गरजेचंदेखील बनतं म्हणा. पण म्हणूनच तुमचं 'आपले आपण' मात्र काटेकोर असायला हवं.

चपखलपणे मांडलेलं हवं. शिवाय तुम्हाला स्वत:ला नक्की काय हवं आहे हे त्यात प्रतिबिंबित व्हायला हवं, नाही का? गमतीचा भाग

म्हणजे संवादामधूनच आपल्याला 'आपले आपण'चा उलगडा होतो. मी तर म्हणेन की संवादाशिवाय 'आपले आपण' गवसणं केवळ अशक्यच आहे बघ."

"आता हेच बघ ना, 'हेल्थकेअर'च्या संदर्भात काही विशिष्ट विचारप्रणालींचा पाठपुरावा हे तुझे ध्येय आहे, हो की नाही? मग आता जेव्हा या संदर्भात तू इतरांशी संवाद साधशील तेव्हाच तुला उमजेल की त्यात तुझं स्थान नेमकं कोठे आहे, शिवाय तुझ्या दृष्टीने 'आपले आपण' म्हणजे काय आहे, बरोबर ना? तरीही मी असं सुचवेन की तूर्तास तू या 'आपले आपण'च्या संदर्भात हॉस्पिटलमध्ये काही चर्चा करू नयेस. कारण एखाद्या वेळेस त्यामुळे लोकांचं चित्त विचलित होईल. तसं पाहिलं तर 'आपले आपण' ही कल्पना पेलणं सुरुवातीला थोडंसं कठीणच जातं."

"अगं हो, जोवर मला स्वत:ला ही कल्पना पूर्णपणे उमगत नाहीये तोपर्यंत मी तिचा उच्चार करणारच नाहीये. मला काय वाटतंय, सांगू का? तू ज्याला 'आपले आपण' म्हणते आहेस त्याचा विचार केला तर आमच्या सहाव्या मजल्यावर आम्ही सर्व जण एक अनोखा अनुभव देण्याच्या प्रयत्नात आहोत. नव्हे, त्यासाठी झटतो आहोत. मात्र हे करत असतानाच आमच्या प्रत्येकाची तिथे असलेली बांधीलकी हाच आमच्या 'आपले आपण'चा पाया असणार आहे. बरोबर?"

"अगदी बरोबर! कदाचित सुरुवात करताना तुला अगदी साध्या प्रश्नांची मदत होईल. जसं की आमच्या अत्यंत मौलिक अशा प्राणऊर्जेचा वापर करून आम्ही इथे नक्की कशाची बरं निर्मिती करणार आहोत? आमची बांधीलकी कशाशी आहे? हे जे ध्येय आम्ही स्वीकारलंय त्यात माझी भूमिका कोणती असणार? मला त्यातून काय साधायचं आहे? साधारण असेच प्रश्न त्यातून सामोरे येतील. खरंतर किंचित खोलात शिरलं तरी आपणच क्षणभर थबकून स्वत:ला विचारू, 'आपण काय करत आहोत? कोणत्या पद्धतीने करतो आहोत?' स्वत:च स्वत:ला विचारलेल्या या सखोल प्रश्नांचा उत्तम फायदा म्हणजे आपली आंतरिक ऊर्जा अधिक वरची पातळी गाठते. आपल्या दृष्टीने महत्त्वाच्या असणाऱ्या गोष्टींबद्दल आपण बोलतो, तेव्हा नैसर्गिक ऊर्जा उत्सर्जित होते. आपल्या कार्यालयीन जीवनात आपण सातत्याने वावरतो. आपला हा वावर हा

एक अत्यंत महत्त्वाचा विषय आहे हे लक्षात घेतलं पाहिजे. सर्व बदलांना पुरून उरणारी ऊर्जा ही आपल्या मनोसंवादामुळे अधिक व्यापकपणे प्रकट होईल. बरं, आपण कार्यालयात इतका अधिक काळ व्यतीत करतो की हा विषय गौण मानून कसं चालेल? त्याला डावलून तर त्याहून चालणार नाही.''

''या आठवड्याच्या सुरुवातीला मला साधारण याच धर्तीचा एक अनुभव आला.'' ऱ्होंडा म्हणाली. ''आमच्या ऑफिसमध्ये एक खूपच उमदी कर्मचारी आहे. परंतु तिने काहीतरी चूक केली म्हणून मी तिला फैलावर घेतलं. त्याची परिणती झाली ती आमच्यात एक छान असा संवाद साधण्यात आणि सरतेशेवटी या संवादामुळेच तिला तिची दिशा गवसायला आणि पुनश्च ऊर्जा प्राप्त करायला मदत झाली.''

''ईशी, मला तर वाटू लागलंय की हिमनगाचं टोक विरघळू लागलंय. त्यामुळे मला खूप उत्साह वाटतोय. ए, मी पुन्हा इथे येऊन तुझ्याशी संवाद साधला तर चालेल ना?'' ऱ्होंडाने विचारलं.

मग मार्गो आणि ऱ्होंडा निघाल्या. स्टेशनवर एकदा एकमेकींना मिठी मारून, लवकरच पुन्हा भेटण्याचं वचन देऊन दोघी आपल्या मार्गाला लागल्या. ट्रेनमध्ये बसल्यावर ऱ्होंडाने आपली डायरी काढली आणि त्यात काही नोंदी केल्या, ''बापरे, *काय-काय लक्षात ठेवायला हवंय!*'' तिने मनाशी विचार केला.

'आपलं ध्येय' आणि त्यातील 'आपले आपण' शोधून काढायचे असतील तर सहकर्मचाऱ्यांशी बोलून बघणं हा एकमेव मार्ग आहे.

हे बोलणं प्रामाणिकपणे आणि कळकळीने व्हायला हवं.

प्रामाणिक - कारण दांभिकपणा आणि ढोंग ह्यापासून मुक्त असलेली सत्यता त्यांना अपेक्षित असते.

कळकळ - कारण कामाच्या जागी आपण जे तास एकत्र घालवतो त्यामुळे ह्या प्रकारच्या बोलण्यातून जगण्यातील समाधान वाढतं.

शुक्रवार तर जणू वाऱ्याच्या वेगाने सरला. शनिवार-रविवार नेहमीप्रमाणेच मुलांना वेगवेगळ्या छंदवर्गांना नेण्या-आणण्यात संपले. शिवाय लॉस एंजेलिसमध्ये राहणाऱ्या ॲनशी तिच्या सावत्र मुलीशी गप्पा मारण्याचा दिवस होता. फोनवरच्या त्या गप्पा त्यांना आठवडाभर पुरायच्या. त्या दोघींमध्ये एका सुंदर नात्याची गुंफण झाली होती. जसजसे दिवस सरत होते तसतसे त्यांचे नाते अधिक दृढ होत चालले होते. खरंतर ॲनशी फोनवर गप्पा झाल्या की ऱ्होंडाला नेहमीच उदास वाटायचं. ॲन कायम आपल्याबरोबर न्यू जर्सीमध्ये असावी ही भावना उचंबळून यायची. त्या शनिवारी मात्र ॲननं तिला सांगितलं होतं की ती लवकरच न्यू जर्सीला तिच्या घरी येते आहे. ते ऐकून ऱ्होंडा खूप सुखावली.

पुढील आठवड्याची आखणी

नेहमीप्रमाणे मुलं आपला अभ्यास करत बसली होती. ऱ्होंडाच्या मनात आपल्या कामाबद्दलचे विचार घोळू लागले. त्या दिवशी 'ताकारा टू'मधून घरी परतताना तिने काही नोंदी केल्या होत्या. त्या तिने वाचायला घेतल्या.

मार्गोबरोबर 'ताकारा-टू'मध्ये घालवलेली प्रसन्न संध्याकाळ

- आजच्या घडीला मॅडेलीन जरी सहाव्या मजल्याची इनचार्ज असती, तरीही वातावरणातील उत्साह कमी झालेलाच दिसला असता असं मार्गोचं म्हणणं आहे. कारण मुळात हा सर्व डोलारा एका बाह्यऊर्जेवर उभारला गेला आहे. त्याची जागा आता नैसर्गिक ऊर्जेने घेतली पाहिजे. कारण बाह्यऊर्जा ही कायमस्वरूपी प्रेरणादायी ठरू शकत नाही.
- एखादा नवीन बदल घडवून आणला की त्याच क्षणी जुन्या सवयी आपल्याला मागे खेचू लागतात.
  'ताकारा टू'मध्ये मिळणारा अनुभव हा ईशीने गेली चार वर्षं सातत्याने जोपासला आहे.

- गुड समॅरिटनमध्ये उभ्या ठाकलेले चॅलेंजेस यशस्वीपणे स्वीकारण्यासाठी ईशी मला मदत करणार आहे. त्याकरता तिने तिच्या स्वप्नाचा आणि ध्येयपूर्तीचा पाठपुरावा कसा केला हेदेखील ती मला सांगणार आहे.
- मुळात त्याकरता गरज आहे ती खऱ्या-खुऱ्या संवादाची. 'ध्येयपूर्तीचे क्षण' ही कल्पनाच किती सुरेख आहे ना!
- ताकोनी आपल्याकरता डाएट सोड्याचा प्रबंध केला. एका परीनं तो त्या वेळी त्याच्या 'ध्येयपूर्तीचा क्षण' जगला, नाही का? आणि गरजेच्या वेळेस चश्मा उपलब्ध करून देणं हेदेखील 'ध्येयपूर्तीच्या क्षणाचंच द्योतक' होतं.
- ही ध्येयपूर्ती करत असतानाच हे क्षण जगत असतानाच आपल्याला 'आपले आपण'चा शोध घ्यायचाय. आंतरिक ऊर्मी जाणून घ्यायचीय. तरीदेखील इतरांना ही 'आपले आपण'ची कल्पना समजावून सांगणं मला इतक्यात साधेल असं वाटत नाहीये.
- मात्र माझ्या सहकाऱ्यांसमवेत संवाद साधणं मला सहज शक्य आहे. अगदी 'शुभस्य शिघ्रम!' कोणते प्रश्न विचारता येतील बरं त्यांना?
  १) या सहाव्या मजल्यावर नक्की काय निर्माण करण्याची आपली धडपड आहे?
  २) आपली बांधीलकी कशाशी आहे?
  ३) आपल्या ध्येयपूर्तीच्या दृष्टीने आपले वैयक्तिक योगदान काय असणार आहे?
  ४) यश नक्की कसं असतं?
  ५) निरुत्साहाच्या मार्गावर पाऊल पडू नये, याकरता आम्ही एकमेकांना कशी मदत करू?
- हं! म्हणजे संवादांना सुरुवात करायला हवी तर. हॉस्पिटलमध्ये अनेक बदल नव्याने झाले आहेत. मला कल्पना आहे की 'ही वाट दूर जाते...' पण सुरुवात होईल हे खरं.

असं म्हणून ऱ्होंडाने आपल्या हातातली डायरी बाजूला ठेवली. तिला एकदम आठवलं की तिने आणि ॲनाने एक अलिखित करार केला होता – ‘दर आठवड्यात केवळ स्वत:साठी काही ना काही वेळ काढायचा. हं, चला उठा आता, नाहीतर मग जमणारच नाही स्वत:साठी वेळ काढणं.’

तिच्या मागच्या वाढदिवसाला ॲनने तिला डेव्हिड व्हाइट यांचा कवितासंग्रह भेट दिला होता. ‘माइक आणि मिआला झोपायला पिटाळण्याआधी जरा कविता वाचाव्यात, असा विचार करून तिने तो काव्यसंग्रह हातात घेतला.

‘काय विलक्षण जादू आहे याच्या शब्दांत! नाहीतर आजवर कुठल्या संस्थेमध्ये अशा रितीने कविता पोहोचल्या आहेत का?’ ऱ्होंडाच्या मनात कौतुकाचे बोल उमटले. सहज पानं चाळता-चाळता तिची नजर एका कवितेवर स्थिरावली. ते शब्द जणू तिच्या काळजालाच भिडले.

प्रवास

– डेव्हिड व्हाइट

पर्वताच्या त्या उंच माथ्यावर
हंस पुन्हा पकडतात
उजेडाची दिशा...
        स्वच्छ, निर्भर आकाशाच्या
        निळ्या, सुंदर पार्श्वभूमीवर
        स्वत:च्या रूपरेषा गडद करीत...
स्वर्गाच्याही पल्याड जाऊन
स्वत:चाच ठसा उमटवणं
गरजेचं बनतं, कधी-कधी
        तेव्हाच जाणीव होते
        आपल्याच अंतरंगात
        निश्चित प्रकारे उमटलेल्या
        शब्दपंक्तींची

कधी घ्यावा लागतो आधार
स्वच्छ मोकळ्या, खुल्या गगनाचा
कारण शोधून काढायचं असतं
आपल्या अंतरंगांत खोलवर
दडून राहिलेलं मुक्तपणाचं बिज
इवलंसं तरीही झळझळीत
अनोखेपणाचा साज ल्यालेलं.
शेकोटीच्या मस्तीत जळून
कोळशाच्या रूपाने उरलेल्या
त्या काळ्या काड्यांच्या साहाय्याने
रेखाटलेलं...
आयुष्याची राखरांगोळी
होतसे वाटतानाही
त्यातही चितारलंय
चित्र कुणी मनोहारी
की आहेत हे शब्द?
जाणीव करून देणारे?
प्रेरणा देणारे...?
हा शेवट नाही
हा शेवट नाहीच...
हा तर आहे आरंभ
हे तुझे प्रस्थान नाही
हे तर आहे आगमन.

"खरंच माझं आगमन होत आहे. एका नव्या जागी मी पोहोचते आहे, अनोख्या रितीने पाऊल ठेवते आहे. या इथे माझ्या आधी, माझ्या पद्धतीनं कुणीच कधी पोहोचलं नाहीये. माझी ही रीत माझ्याकरता, माझ्यापुरती नवलाईची आहे. माझ्यासमोर उभी आहे एक देखणी प्रश्नमंजूषा. खरंतर जिंकण्यासाठी आवश्यक अशी सारी तरतूद झालीये, पण तरीही खातरी नाहीये यशाची. आजमितीला गुड समॅरिटनमध्ये

एक नवा पायंडा रुजू पाहतोय, मात्र गरज आहे ती या पायंड्याला मजबूत बनवण्याची. त्याकरता प्रयत्नच केले नाहीत, तर अपयशाला सामोरं जावं लागणार हे नक्कीच. सुरुवात करायलाच हवी. चला, संवाद साधूया. डेव्हिड व्हाइटसुद्धा हेच सुचवतील. ''ऑफिसमध्ये आपण जे जीवन जगतो ते तसंही वैशिष्ट्यपूर्ण असतं. तिथे मनमोकळा, स्पष्ट संवाद घडायलाच हवा, नाही का?''

संवादाची सुरुवात :

''पिंग, गुडमॉर्निंग!''

''ऱ्होंडा, कशी आहेस? आणि तू आज चक्क या 'ब्रेकरूम'मध्ये? हे तर नवलच आहे.''

''खरं सांगू का? मला ज्या दिवशी पहिल्यांदा प्रमोशन मिळालं ना, त्या दिवशी मी जे करायला हवं होतं ते मी आज करते आहे. इथल्या कामाची धुरा ज्यांच्या खांद्यावर समर्थपणे पेलली जाते, त्यांच्याशी संवाद साधायचा प्रयत्न मी करते आहे. पिंग, तुला तर माहितीच आहे की या सहाव्या मजल्यावर वेगळ्या प्रकारचा – अर्थात सुखद असा अनुभव देण्याचा प्रयत्न आम्ही करतो आहोत. तुला त्याबाबत काय वाटतं? तुझे विचार सांगू शकशील का मला आत्ता? तू कॉफी पिता-पिता बोललीस तरी हरकत नाही बघ.''

''ऱ्होंडा, माझ्या कामामध्ये तुला काय खटकतंय का?'' पिंगचा स्वर जरा दुखावलेला आणि थोडासा आक्रमकही झाला होता.

''ए, अगं काहीतरीच काय? मी इथे आलीय ती एका टिकाकाराच्या भूमिकेत नाहीच मुळी. तुझ्या कामाबद्दल काय वेगळं सांगू? तू तर आदर्श आहेस साऱ्यांपुढे. खरं म्हणजे मीच जरा वेगळी वाट निवडली आहे, संवाद साधण्यासाठी. म्हणजे आता कसं सांगू गं? हे बघ, आपण सगळ्यांनी मिळून जणू एक वसा घेतला आहे, नाही का? आणि याचं आपल्या मनात काय स्थान आहे हे जाणून घेण्यात मला स्वारस्य आहे. म्हणजे आपलं कार्यालयीन आयुष्य समजून घेण्याकरता तुझ्याशी सुसंवाद साधायचा आहे.''

पिंगने हलकेच नि:श्वास टाकला. तिचा स्वरही आता समजुतीचा

झाला. "ऱ्होंडा, अगं ही सुसंवादाची कल्पनादेखील किती रोमांचक आहे! एक सेकंद थांब, मी माझा कॉफीचा कप इकडेच आणते. तुझ्यासाठी काही आणू का?"

"नको गं, काहीच नको."

"हं, तर या सहाव्या मजल्यावर आपण वेगळा अनुभव देण्याकरता धडपडतो आहोत. म्हणजे आपण नक्की काय करतो आहोत हे माझ्या शब्दांत तुला ऐकायचंय, बरोबर ना?"

"हो! म्हणजे हे बघ, या विचारांची अंमलबजावणी करताना तुझ्या अंतरंगात नेमक्या कोणत्या भावना असतात याबद्दल मला उत्सुकता आहे. तू एक उत्तम नर्स तर आहेसच. पण मुख्य म्हणजे एरवीसुद्धा तुझ्याबरोबर काम करणं हा सुखद अनुभव असतो. कसं काय हे शक्य आहे?"

"काहीतरीच काय? पण खरं सांगू, एक उत्तम नर्स होणं हे मी जाणीवपूर्वक भिनवलंय स्वत:मध्ये. मागे मॅडेलीननी म्हटलं होतं की, 'आपली निवड आपल्याच हातात असते.' तेव्हा माझ्या लक्षात अगदी प्रकर्षानं आलं की, स्वत:ला घडवायची उत्तम संधी आपल्याला लाभली आहे. वेळेचा आणि संधीचा सदुपयोग करायचा की नाही हे मूलत: माझ्याच हातात होतं बघ. शिवाय, माझं व्यक्तिमत्त्व सर्वांना साहवेल असं घडवणं हादेखील एक जाणीवपूर्वक निर्णय होता. आपल्या आजूबाजूला असलेल्यांपैकी अनेकांनी विनाकारणच स्वत:ला एका कोषात बांधून घेतलंय. नाही का?"

"अगदी खरंय तुझं म्हणणं!"

"शिवाय मी जेव्हा पेशंट्सबरोबर असते ना तेव्हा संपूर्णपणे त्यांच्याशी जोडलेली असते. माझ्या लेखी तन्मयता हा अतिशय आवश्यक गुण आहे. माझ्या सहकाऱ्यांच्या बाबतीत म्हणशील तर एरवी यत्किंचित भासणाऱ्या गोष्टीतून मी मला त्यांच्याबद्दल वाटणारी आत्मीयता व्यक्त करते. माझ्या ऑफिसमधल्या कामकाजाची पटकथा माझी मीच लिहीत असते आणि ती उद्बोधक, मनोरंजक असावी असा माझा प्रयत्न असतो."

"मला एक सांग, तुला जाणवतंय का की मॅडेलीननी जी ऊर्जा निर्माण केली होती तिचा पगडा जरा सैलावला आहे?" ऱ्होंडाने

आपल्या मनाला टोचणारी बाब उघड केली.

"ऱ्होंडा, तू विचारतेच आहेस म्हणून सांगते हं! खरंय, तू म्हणते ते. मला जाणवू लागलंय आताशा. पण, कुठली गोष्ट निरंतर टिकते सांग बरं! तसंच या ऊर्जेचं नाही का होणार?"

"पण म्हणजे तुला हे चालणार आहे का?"

"अजिबात नाही. कारण अशा प्रकारे काम करण्यातून मला वैयक्तिकरीत्या समाधानाची भावना जाणवू लागली आहे. अगदी खरं सांगायचं तर मी आयसीयू युनिटला बदली करून घेण्याच्या मागे होते. शिवाय इतर ठिकाणी पण मी अर्ज टाकले होते. दोनच आठवड्यांपूर्वी मर्सी हॉस्पिटलकडून मला बोलावणं पण आलं होतं. एकतर ते नव्याने आयसीयु सुरू करताहेत. वर परत घसघशीत बोनसदेखील देऊ केला होता त्यांनी. पण मी त्यांना चक्क नकार दिला आहे. या आपल्या मजल्यावरच्या काम करण्याच्या पद्धतीत झालेला बदल स्वागतार्ह आणि सुखावह वाटल्यामुळेच मी इथे टिकून राहिले बघ. इथून जावंसंच नाही वाटत आता. चक्क गुंतले आहे मी इथे! आपलेपणाची भावना वाटते सहकाऱ्यांबद्दल. अर्थात, याला काही 'अपवाद' आहेत. पण मनापासून सांगते, पुनश्च या जुन्या रटाळ वाटा चालायची मुळीच इच्छा नाही. काम करायची आपली आत्ताची पद्धत ही सर्वार्थाने देखणी आहे बघ. नाही तर आधी कसे काम करत होतो आपण? जणू जखडले गेलो होतो, आठवतंय का?"

"अगदी लख्ख आठवतंय, पिंग!"

"ज्या क्षणी मला जाणवलं ना की बदल अत्यावश्यक आहे. तो क्षण मी कधीच विसरणार नाही. त्या दिवशी मॅडेलीनने सिॲटल फिश मार्केटसंबंधित एक फिल्म दाखवली होती. त्यानंतर काही मिनिटांनी मी एका पेशंटचं ड्रेसिंग बदलायला त्याच्या खोलीत गेले. पण माझं चित्त मात्र हॉलमध्ये उभ्या असलेल्या हिदरशी बोलण्यात गुंतलेलं होतं. ड्रेसिंग करता-करता अभावितपणे माझी नजर पेशंटच्या चेहऱ्याकडे गेली. माझं त्या पेशंटकडे असलेलं दुर्लक्ष त्याच्या चेहऱ्यावर चक्क उमटलेलं होतं. त्याच्या चेहऱ्यावरच्या त्या भावांनी मला भानावर आणलं. तिथल्या तिथे मी ठरवलं की, मी स्वत:मध्ये अंतर्बाह्य बदल घडवून आणेन. तन्मयतेचा स्वीकार करेन. रुग्णाच्या ठायी एकाग्र

होईन. आपण त्यांना जो आणि जसा अनुभव देतो ना, त्यावरून जोखतात गं. आपलीही अस्मिता पणाला लागलेली असते ना! अर्थात, तो प्रसंग ही केवळ एक सुरुवात होती माझ्या आयुष्याला कलाटणी मिळवण्यासाठी.''

''पुढे सांग ना पिंग.''

''पुढे काय? जसजसं मी एकाग्र होण्याच्या दृष्टीने प्रयत्न करू लागले, तसतसं मला विचलित करणाऱ्या बाबी दूर-दूर जाऊ लागल्या. मला तन्मयता साधता येऊ लागली. अनोख्या प्रकारचं समाधान मी अनुभवू लागले. माझं वैतागणं, त्रासणं, आपसूकच कमी कमी झालं. केवळ रुग्णसेवेपुरती मर्यादित असलेली माझी दृष्टी आपोआपच विस्तारू लागली. माझ्या संपूर्ण कार्यशैलीवर त्याचा प्रभाव पडू लागला. एकंदरीतच कामाच्या दर्जात सुधारणा झाली. ऱ्होंडा, अनेक गोष्टी आपल्या कामावर अवलंबून आहेत याची मला कल्पना आहे.''

''पिंग, तुझ्या या बोलण्याने मला किती दिलासा मिळाला आहे, ते कसं सांगू? ए, तुझे विचार मी इतरांपर्यंत पोहोचवते, तुझा तो डोळे उघडण्याचा अनुभव इतरांना सांगितला तर चालेल का?''

''हो, सांग की. त्यात काय एवढं? पण फक्त माझं नाव नाही आलं तर बरं होईल.''

''तू मघाशी म्हणालीस की, इथे तू गुंतली आहेस आणि काही 'अपवाद' वगळता तुला साऱ्यांबद्दल आपलेपणा वाटतो. अपवाद या शब्दातून काय सुचवायचंय तुला?''

''अगं, नव्याने आलेल्या काही जणांना आपली कामाची पद्धत फारशी पटत नाहीये.''

''म्हणजे ज्युआनसारख्यांना का?''

''अगदी बरोबर ओळखलंस बघ. तो नाहीच बसत आपल्यात.''

''पण मग तू स्वत: कधी त्याच्याशी बोललीस का? आपण इथे ज्या प्रकारचा अनुभव देण्यासाठी धडपड करतो आहोत, त्याची सविस्तर कल्पना त्याला दिलीस का?''

''अगं, पण ते तर व्यवस्थापनाचं काम आहे ना?''

''हो, तुझं बरोबर आहे. आता बघ हे व्यवस्थापन म्हणजे मी हो की नाही? मग आता मी तुला सुचवते आहे की त्याच्याशी बोल, संवाद

साध. मला तर आशंका आहे की आपण ज्युआनला गमावून बसणार आहोत. तो एक 'हिरा' आहे. त्याचा इंटरव्ह्यू घेताना मी पण होतेच की. तो किती उत्साही आहे हे त्याच्या आधीच्या बॉसनेसुद्धा आवर्जून सांगितलंय. हे बघ, एखादी समस्या उद्भवली तर तिचं निरसन करायला मी अगदी आकाश-पाताळ एक करेन. त्यात काही वाद नाही. पण तू जर वेळात वेळ काढून ज्युआनशी संवाद साधू शकलीस, त्याला आपल्या इथल्या विचारधारेशी परिचित करून देऊ शकलीस तर खूप मदत होईल. त्याच्या आयुष्याकडून काय अपेक्षा आहेत हे जाणून घेता येतंय का तेही तू बघ आणि ज्युआन हे तर एक निमित्त आहे. तू जर पुढाकार घेऊन इतरांशीसुद्धा या विषयावर बोलू शकलीस ना तर सहकाऱ्यांमध्ये निष्कारणच उभ्या राहिलेल्या धूसर भिंती कोलमडून पडायला वेळ नाही लागणार. मी स्वत:देखील हेच करणार आहे. काही मार्गदर्शक प्रश्नांचा मी जरूर वापर करणार आहे.''

''हो, अगदी एका पायावर तयार आहे मी आणि तुझी हरकत नसेल तर तुझे मार्गदर्शक प्रश्न जाणून घ्यायला मलासुद्धा आवडेल.''

''काहीही हरकत नाही. माझे प्रश्न काही गहन-बिहन नाहीयेत. पहिले तर मी साऱ्यांना विचारणार आहे की, तुम्ही हेल्थकेअरकडे कसे आकर्षिले गेलात? या सहाव्या मजल्यावर पेशंट्स आणि सहकारी यांना तो अनुभव देण्याचा प्रयत्न आम्ही करत आहोत, त्याबद्दल तुम्हाला काय वाटतंय? या अनुभवाच्या संदर्भात तुमचं योगदान काय आहे? तुमची कोणती गोष्ट इथे पणाला लागली आहे?''

त्यानंतरच्या आठवडाभरात ऱ्होंडाने ब्रेकरूममध्ये अधिकाधिक वेळ घालवला. रात्रपाळीच्या स्टाफला भेटायला म्हणून ती लवकर येऊ लागली. शिवाय दुसऱ्या शिफ्टच्या स्टाफबरोबर वेळ मिळावा म्हणून स्वत:ची ड्युटी संपल्यावरदेखील हॉस्पिटलमध्ये थांबू लागली. खरंतर नव्याने अनुभवायला मिळणारी ऊर्जा साऱ्यांनाच हवी-हवीशी वाटत होती. जुन्या वाटा, जुन्या पद्धती कुणालाच परत नको होत्या. मात्र जे नव्याने रुजू झाले होते त्यांना अजूनही 'आतले-बाहेरचे' या भेदाला सामोरे जावे लागत होते. अल्पकाळासाठी रिकाम्या झालेल्या जागांवर आलेल्यांना सामावून घेण्याच्या दृष्टीनेदेखील काही हालचाल होण्याची चिन्हं दिसत नव्हती. त्या तिघांना कामकाजाचं स्वरूप व्यवस्थितरीत्या

समजावून सांगण्यात आलं होतं यात काही वादच नाहीये. पण कुठेही आपलेपणाची भावना सह-अनुभूतीचा ओलावा जाणवत नव्हता. इतकंच काय त्या मजल्यावर नव्याने वसत असलेल्या कार्यधारेबद्दलसुद्धा त्यांना कुणी काही सांगितलं नव्हतं.

गुरुवारी ऱ्होंडा कॅफेटेरियामध्ये शिरली, तर ज्युआन तिथे एकटाच होता. आपला ट्रे घेऊन ती तिच्याजवळ आली आणि म्हणाली, "ज्युआन, तुला थोडा वेळ कंपनी दिली तर चालेल का? की तुला एकट्याने जेवायचं आहे?"

तिच्या अचानक येण्याने आणि प्रश्न विचारण्याने ज्युआन दचकलाच; पण त्याने पटकन स्वत:ला सावरलं, "अरे वा! मलाही आवडेल तुझी कंपनी!"

दोघंही आपापले ट्रे घेऊन जेवायला बसले. सुरुवातीचे काही क्षण अगदी शांततेत, जेवण्यात गेले. मग ऱ्होंडाने सुरुवात केली, "ज्युआन, तू सिलेक्शन कमिटीवर मस्त छाप पाडलीस रे!"

"हो का? छान वाटलं बघ ऐकून. माझ्या बायकोला प्रमोशन मिळालं म्हणून आम्ही न्यू यॉर्कला आलो. इथे आल्यावर अनेक हॉस्पिटल्सनी मला नोकरी देऊ केली होती. त्यावेळेस मला असं वाटलं होतं की, इतर हॉस्पिटलच्या तुलनेत इथलं वातावरण माझ्या स्वभावाशी, आंतरिक ऊर्जेशी मिळतं-जुळतं आहे. म्हणून मी आवर्जून इथे नोकरी स्वीकारली; परंतु आता मला कळतंय की कुठंतरी काहीतरी हुकतंय."

"हुकतंय?"

"मला ना एकदम परक्यासारखं वाटतंय. या सहाव्या मजल्यावर सर्वत्र फिशचे पोस्टर्स, स्लोगन्स, छोटे-मोठे मासे अडकवलेले आहेत. पण त्याची गंधवार्तादेखील मला नाहीये. इथला सगळाच स्टाफ एकमेकांत मिळून-मिसळून गेला आहे; परंतु माझ्या वाटेला तेवढा दुजाभाव येतो आहे. काहीतरी सुरेख असं नक्कीच घडून गेलंय; परंतु मी इथे येण्याआधी– कालच मी पिंगशी या संदर्भात बोललो आहे म्हण. तसं पाहिलं तर अगदी पहिल्यांदाच मी असा मनमोकळा संवाद केला आहे. त्यामुळे मला सुखद आश्चर्याचा धक्काच बसला आहे. अजून मी त्यावर तरंगतो आहे."

"खरं?"

"हो ना, सांगतेय काय मग? मी तिला सांगितलं की, मला खूप परक्यासारखं वाटतंय, तर त्यावर ती मलाच म्हणाली की, तू फार त्रयस्थासारखा वागतोयस. माझा जीव दुखला ते ऐकून. पण मग मी तिच्या दृष्टीने विचार करून पाहिलं."

"आणि मग तुला काय जाणवलं?"

"मला वाटतं, मी आपणहून अजून काही जणांशी संवाद साधायला हवा आहे. या जागेमध्ये काय जादू आहे ते समजावून घेणे मला त्यामुळेच सोपं जाईल. मी इथे चपखलपणे बसू शकणार आहे, हे लक्षात आल्याबरोबर मलाही जबाबदारी पेलायला हुरूप आला आहे. शेवटी म्हणतात ना, टाळी वाजवायची असेल तर दोन्ही हात एकत्र आले पाहिजे."

"तुला माझी काही मदत लागली तर जरूर सांग, बरं का."

"ऱ्होंडा, नक्की सांगेन आणि तू ते मघाशी सांगितलंस ना सिलेक्शन कमिटीवर छाप मारण्याबद्दल, त्याने मला खूप उभारी दिलीये. फार गरज होती मला अशा आश्वासकतेची."

तेवढ्यात लाऊडस्पीकरवरून सूचना आली– 'ऱ्होंडा बुलक, सहाव्या मजल्यावर तुमची आवश्यकता आहे.'

"ज्युआन, चल, जायला हवं. कर्तव्य आधी, नाही का?"

लिफ्टपाशी असलेली लांबच लांब रांग बघून ऱ्होंडाने चक्क जिन्याचा आधार घेतला. सहाव्या मजल्यावर पोहोचल्यावर बघते तर काय... लंच टाइमचा मोकळा वेळ सार्थकी लावत नर्सेस पेशंट्सकरता चक्क गाणी म्हणत होत्या आणि त्यांना ऱ्होंडाची साथ हवी होती. तिनेही ती दिली, हे सांगणे नलगे!

असाही एक धक्का

मार्गोसमवेत ताकारा-टूमध्ये जाऊन काही आठवडे झाले होते. तेव्हापासून ऱ्होंडाने आपल्या स्टाफसमवेत सुसंवाद साधण्याचा पायंडा पाडला होता. ती आपणहून पुढाकार घेत होती. साऱ्यांना बोलायला उद्युक्त करत होती. या साऱ्याचा कळत-नकळत परिणाम होत होता. साऱ्या वातावरणामध्ये पुन्हा एकदा उत्साह जाणवू लागला. ओढून

ताणून हसू आणण्याचे प्रकार कमी झाले. वागण्या-बोलण्यात सहजता आली. पण सरळधोपट मार्गाने नेईल ते आयुष्य कसं, नाही का?

"ऱ्होंडा, गुड मॉर्निंग! छान रंगसंगती साधली आहे तुम्ही इथे."

हॉस्पिटलचा डायरेक्टर फिल एका सकाळी ऱ्होंडासमोर येऊन उभा ठाकला. त्याच्या बाजूला एक शिडशिडीत, कडक स्टार्चचा पांढराशुभ्र युनिफॉर्म आणि कॅप घातलेली एक स्त्री उभी होती.

"गुडमॉर्निंग फिल."

"या आहेत मेबेल स्कालपेल. नर्सिंग विभागाच्या व्हाइस प्रेसिडेंट म्हणून त्या आपल्याकडे काम पाहणार आहेत. त्यांची निवड मुख्यालयामार्फत झाली आहे. बऱ्याच दिवसांपासून आपण त्या जागेकरता लायक उमेदवार शोधत होतो. आपल्या सुदैवाने आपल्याला एक अनुभवी व्यक्ती मिळाली आहे."

"नमस्कार, तुम्हाला भेटून खूप छान वाटलं. कोणत्या नावाने हाक मारलेली आवडेल तुम्हाला?"

"तुमची हरकत नसेल तर मला मिस स्कालपेल म्हणा!"

"चला, तुम्ही दोघी एकमेकींची ओळख करून घ्या. मी निघतो." असं म्हणून फिल झटकन निघून गेला.

"थँक्स फिल!" ऱ्होंडाने त्याचा निरोप घेतला, "मिस स्कालपेल, तुम्ही इथे येण्याआधी कुठे होतात?"

"गेली पंधरा वर्षं मी 'रिसर्च'मध्ये व्हीपी म्हणून काम पाहत होते. निवृत्तीच्या आधी पुन्हा एकदा पेशंट केअरकरता काम करायला मिळणं हा माझ्यासाठी एक सुखद बदल आहे. या हॉस्पिटलबद्दल मुख्यालयाचं मत खूप छान आहे."

"बरं वाटलं ऐकून."

"पण ही रंगांची उधळण पेशंट्सच्या दृष्टीने त्रासदायकच नाहीये का?"

"रंगांची उधळण!" ऱ्होंडा आपसूकच थोडी सरसावली.

"नाहीतर काय, हे एवढे रंगीत पोस्टर्स, मासे, ते बॅजेस, खेळणी आणि काय न् काय... पेशंटची काळजी घेण्याऐवजी या फालतू गोष्टींकडेच लक्ष जात असणार नर्सेसचं!"

"खरं सांगू का? पेशंट्सना हा बदल खूप स्वागतार्ह वाटला आहे.

माशाची भाऊगर्दी दिसते आहे, त्यालाही तसंच कारण आहे. सिॲटल फिश मार्केटमध्ये तिथल्या व्यापाऱ्यांनी जाणीवपूर्वक जोपासना केली आहे एका कार्यपद्धतीची. प्रत्येक कामात उत्साह, चैतन्य, सशक्त मनोवृत्ती, तन्मयता अशा गुणांचा समावेश करत-करत ते कामाचा आनंद द्विगुणितच नाही, तर शतगुणित करतात. शिवाय, येणाऱ्या ग्राहकाला अतीव संतोष मिळतो तो वेगळाच.''

''नाही, पण मी तर म्हणेन की, इथे लावलेली खेळणी फेकून दिली पाहिजेत.''

''पण...''

''बस्स, ठरलं! माझ्या इथल्या नोकरीचा हा पहिलाच निर्णय आहे. पण माझ्या मते तो अतिशय महत्त्वाचा आहे. तू तुझ्या नर्सस्टाफला सांगून टाक की यापुढे या मजल्यावर वेगळ्या प्रकाराने काम केलं जाईल. नर्सिंग हा एक व्यवसाय आहे आणि तो व्यावसायिक दृष्टिकोनातूनच व्हायला हवा आहे. समजलं? मूर्खासारखे लावलेले ते बॅजेस पण यापुढे दिसता कामा नयेत. ती खेळणी इथून गायब झालीच पाहिजेत. पोरकटपणाची कमाल केली आहेत तुम्ही साऱ्यांनी. हा सगळा फालतूपणा थांबलाच पाहिजे आणि तू स्वत:सुद्धा माझ्याप्रमाणेच नर्सेसचा युनिफॉर्म घालायला हरकत नाहीये, कळलं? काही विचारायचंय अजून?''

''हो, खरं म्हणजे...''

''तू या कामावर नव्यानेच रुजू झालीयेस ना? एक वर्षही पूर्ण नाही झालंय तुला, बरोबर ना?''

''हो, पण...''

''कळेल तुला, खरं शहाणपण कशात आहे ते. मला प्रत्येक सोमवारी संपूर्ण आठवड्याचा रिपोर्ट माझ्या टेबलवर हवाय, समजलं? त्याच्याद्वारेच तुझ्या प्रगतीचा आढावा मी घेईन.''

काय तुझ्या मनात?

''मला फिलला भेटायचं आहे.''

''तो फोनवर बोलतो आहे. ऱ्होंडा, मी तुला त्याच्या भेटीची वेळ ठरवून देऊ का?''

"नाही, तसं नको. मी इथेच थांबते. त्याचा फोन झाला की भेटते त्याला."

"तो कधी मोकळा होईल हे सांगणं जरा कठीणच आहे."

"हे बघ, तू..."

तेवढ्यात 'हॅलो ऱ्होंडा' असं म्हणत फिल त्याच्या केबिनमधून बाहेर आला. त्याच्या चेहऱ्यावर अपराधीपणाची छटा उमटली होती. "ये, आत ये जरा मिनिटभर."

आत जाऊन ऱ्होंडा खुर्चीत बसली आणि एक क्षणदेखील न दवडता म्हणाली, "फिल, मघाशी तुझा चेहरा पाहूनच माझ्या लक्षात आलं होतं, तुला सगळं ठाऊक होतं ना? आपण जाणीवपूर्वक जे जे टाळलं आहे, तेच सारं मिस स्कालपेलच्या रूपाने आपल्या समोर उभं ठाकलंय. तिच्या युनिफॉर्मला तर इतका कडक स्टार्च केलेला आहे की तिला उभ्या-उभ्या डुलकी लागली तरी ती खांबासारखी उभीच राहील. तिचं नावसुद्धा तिला शोभेसं धारदार आहे. 'स्कालपेल' सर्रकन कापून मोकळी होते ती. तू माझी मस्करी करायची ठरवलं आहेस का? जरा कुठे आम्ही पुन्हा एकदा मार्गाला लागलो होतो तर तू धाडकन आमच्या अंगावर..."

"ऱ्होंडा, बस्स! शांत हो आधी. माझं म्हणणं तर ऐकून घे. पेशंट्सची काळजी घेण्यासाठी तू अवलंबलेल्या साऱ्या अनोख्या प्रयत्नांना माझा पाठिंबा आजही तसाच आहे. त्याची गोड फळंदेखील आपण चाखली आहेत; परंतु दुर्दैवाने मी इथे केवळ एक पगारदार नोकर आहे. गुड समॅरिटन हॉस्पिटलचा चालक-मालक नाहीये, हो ना? मिस स्कालपेलच्या अंगभूत गुणांमुळेच त्यांची निवड इथे करण्यात आली आहे. निवृत्तीच्या टप्प्यावर त्यांना पेशंट्सकरता काम करण्याची इच्छादेखील आहे. हां, आता काही काळ या मुख्य प्रवाहापासून त्या जरा बाजूला पडल्या होत्या. त्यामुळे सुरुवातीला थोडंसं जड जाईल हेही खरंय; परंतु मुळात त्या स्वत: एक उत्तम नर्स तर होत्याच. शिवाय त्या जोडीला त्यांच्या ठायी असलेली व्यवस्थापकीय कौशल्यंसुद्धा त्यांनी सिद्ध करून दाखवली आहेत."

"थोडंसं जड म्हणतोयस तू! अरे, मी करत असलेली प्रत्येक गोष्ट ताबडतोब बंद करायला सांगताहेत त्या. काय तर म्हणे, रंगांची उधळण

अतिशय अव्यावसायिक दिसते आहे.''

''ऱ्होंडा, हे एक चॅलेंज आहे; याची मला पुरेपूर जाणीव आहे बघ. पण एक लक्षात घे, मिस स्कालपेल काही अशा-तशा नाहीयेत. पेशंट्सच्या दृष्टीने काय उत्तम आहे याचं पूर्ण भान त्यांना आहे.''

''कसं आहे ना फिल, मी मॅडेलीनकडून या सर्व कामाची जबाबदारी स्वीकारली खरी. पण सगळीकडे ओढून ताणून काम चाललं होतं. उसनं अवसान फारसं टिकतं का? त्यादृष्टीने मी आता काही बदल करत होते. गेल्या काही आठवड्यांच्या माझ्या मेहनतीचं फळ मिळायला आताशी सुरुवात झाली होती आणि नेमकं या बाईसाहेब येऊन हुकूम करताहेत – ती पोस्टर्स काढा', 'ती खेळणी फेका', 'ते बॅजेस समोर नकोत'... आमची ओळख व्यक्त करणारी कुठलीही बाब तिला साधी डोळ्यांसमोरसुद्धा नको आहे बघ!''

फिलने खांदे उडवत म्हटलं, ''ऱ्होंडा, तुला जे योग्य वाटेल ते कर. मात्र एक गोष्ट लक्षात ठेव, मिस स्कालपेल यापुढचं दीड वर्ष नर्सिंग विभागाच्या व्हाइस प्रेसिडेंट असणार आहेत. पेशंट सेवा आणि नर्सिंग स्टाफचं हित पाहणं या दोन बाबी त्यांच्या दृष्टीने सर्वांत महत्त्वाच्या आहेत आणि माझा त्यांना पुरेपूर पाठिंबा असणार आहे. तुझी वागणूक या साऱ्याला हातभार लावण्याजोगी असेल याची काळजी तू घ्यायची आहेस. मी काय म्हणतो आहे ते लक्षात येतंय ना?''

''अगदी चांगलंच लक्षात आलंय. तू मला चक्क सुळावर चढवलं आहेस.''

''ऱ्होंडा, बरं झालं तुला कळलं आहे ते. एक छोटासा अनाहूत सल्ला देऊन ठेवतो. कसं आहे ना, मी आहे या हॉस्पिटलचा डायरेक्टर. त्यामुळे इथल्या नर्सिंग स्टाफने उत्तम रितीने बजावलेल्या कामगिरीचं श्रेय आपसूकच मला मिळतं.

''आलं लक्षात, सल्ला काय आहे तुझा ते सांग आता.''

''ती कुठून आली आहे त्याची जाणीव ठेव. तिच्या नजरेतून दुनिया पाहण्याचा प्रयत्न कर. तिने आयुष्याचा मोठा काळ रिसर्चमध्ये व्यतित केला आहे. तेव्हा तिच्यासमोर उभं राहताना तुझ्या डोक्यामध्ये आकडेवारी, निष्कर्ष, पडताळणी या गोष्टींना ठामपणे जागा दे. त्यानंतर तुझा मुद्दा मांड. खरंतर मला एका मीटिंगला जायला उशीर होतो आहे. पण

तरीही मी तुला हा वेळ दिला; कारण मलाही कल्पना आहे की तुला अचानक धक्का बसला आहे. तुझ्या ध्यानी-मनी नसताना अचानक... आणि त्याला काही अंशी मी जबाबदार आहे. तू अजून एका गोष्टीचा विचार करावास असं मला वाटतं. तुझ्या म्हणण्याप्रमाणे हे पोस्टर्स, खेळणी, बॅजेस अशा उपायांनी इथलं वातावरण बदललं आहे हे जर मान्य केलं तर मला वाटतं, पेशंट्स किंवा आपण सर्व यांच्यामध्ये कायमस्वरूपी बदल दिसणारे का आपल्याला, की हे सारं फार वरपांगी आहे? गाभ्यापर्यंत आपण पोहोचलो तरी आहोत का?''

बातम्या पसरतात क्षणात

मेबेल स्कालपेलच्या नवीन वहिवाटीची चर्चा सगळीकडेच होऊ लागली. ऱ्होंडा लिफ्टमध्ये शिरली तर एका डॉक्टरने तिला म्हटलंसुद्धा, ''ऱ्होंडा, तू ज्याप्रकारे इथे वातावरण निर्मिती केली आहेस, त्याला माझा पाठिंबा आहे.'' लिफ्टमधून बाहेर पडता-पडता त्याने जाहीररीत्या सांगितलं, ''ऱ्होंडा, तू इथे जे निर्माण केलं आहेस, ते टिकवून ठेवण्यासाठी लढ. हा सहावा मजला काम करण्याच्या दृष्टीने अप्रतिम आहे. पेशंट्ससुद्धा इथे पटकन बरे होतात, हे लक्षात ठेव.''

सहाव्या मजल्यावर लिफ्ट थांबताच ऱ्होंडा बाहेर पडली. सगळीकडे कुजबुज चालू होती. एक नर्स जरा मोठ्या आवाजात म्हणाली, ''आम्ही याविरुद्ध आवाज उठवू. आम्ही कठोर मेहनत घेतली आहे. ती कोण आम्हाला सांगणारी?'' ऱ्होंडाच्या मनातल्या भावना जणू तिच्या मुखातून बाहेर पडल्या होत्या. थोडा वेळ एकटंच बसणं गरजेचं आहे हे जाणवून ऱ्होंडा आपल्या ऑफिसमध्ये गेली आणि तिने चक्क दार लावून घेतलं. आपल्या खुर्चीवर बसताच तिची नजर बाजूला उघड्याच पडलेल्या डायरीवर पडली. ताकारा-टूच्या नोट्स तिला दिसल्या–

> ***बाह्यऊर्जेवर केवळ सुरुवातीचा काळ तुम्ही विसंबून राहू शकता. मात्र यथावकाश नैसर्गिक आंतरिक ऊर्जेचा वापर करणंच उपयुक्त ठरतं.***

बाह्य आणि आंतरिक यातील फरक कसा जाणायचा? ऱ्होंडासमोर एक मोठ्ठं प्रश्नचिन्हं उभं राहिलं होतं. भिंतीवर अडकवलेले पोस्टर्स आम्हाला सातत्याने जाणीव करून देतात ना की आम्ही काय आहोत की आम्ही आता त्यांचं अवलोकन करणं विसरलो आहोत? ते आमच्या सवयीचा भाग बनले आहेत की काय? आम्ही त्यांना गृहीत धरू लागलो आहोत का? एकंदरितच फिश! संकल्पना आम्ही अध्याहृत धरली आहे काय?

कदाचित मिस स्कालपेलच्या म्हणण्यात काहीतरी तथ्य असेलदेखील. कदाचित आम्ही गंभीरपणे विचार करायला हवा आहे का? सातत्याने बाह्यप्रेरकांचा आधार घेण्याची सवय आम्हाला नडू शकते, नाही का? म्हणजे आम्हीही कुठेतरी थांबणं गरजेचंच आहे की, हे असं थांबणं म्हणजे माघार घेणं नाही हे मी सगळ्यांना कशी समजावून देऊ बरं?

यावर तोडगा म्हणजे छोट्या-छोट्या गटांनी संवाद साधायचा आणि सकारात्मक धोरण राबवायचं असं ऱ्होंडाने ठरवलं. पहिल्याच मीटिंगमध्ये तिने नवीन बॉसची विचारसरणी थोडक्यात मांडली आणि लगेचच स्टाफशी होत असलेल्या संवादांच्या यशस्वीतेकडे गाडी वळवली.

''आपल्यातील सुसंवादांची परिणामकारकता अगदी जाणवण्याइतकी स्पष्ट आहे, नाही का?'' तिने विचारलं.

चेल्सी पटकन पुढे झाली, ''मिस स्कालपेलचं या बाबत काय म्हणणं आहे? आपल्या संवादाबद्दल त्यांना काय वाटतं?'' तिने जणू साऱ्यांच्याच मनातला प्रश्न विचारला.

''आपण करत असलेल्या कामाचा फायदा त्यांनाही मिळणारच आहे ना?''

''हो, पण त्यांनी आपल्याला थांबवण्याचा प्रयत्न केला तर?''

''चेल्सी, अगं विनाकारण निष्कर्षांवर कशाला घसरायचं, सांग बरं? आणि मुख्य म्हणजे त्यांच्या अपरोक्ष आपण त्या कोणती भूमिका घेतील ही चर्चा करणंच चुकीचं नाहीये का? आपल्या या सहाव्या मजल्यावर आपण असं काहीही करायचं नाही हे आपणच ठरवलंय किनई? माझ्याचकडून हा नियम परवा मोडला गेला होता. काय आहे ना, त्यामुळे वातावरण विनाकारण दूषित होतं गं. मला मिस स्कालपेलच्या

संदर्भात जे काही बोलावंसं वाटेल ते मी थेट तिच्याशीच बोलेन, इतर कुणाशीही नाही. आपण एकमेकांना ज्या प्रकारे मान देतो आहोत, तसंच त्यांच्याही बाबतीत द्यायला हवा. काय वाटतं तुम्हा सगळ्यांना?'' उत्तरादाखल अनेक माना होकारात डोलल्या.

''आपण जे काय करत आहोत ते पेशंट्सकरता तर उपयुक्त आहेच. पण आपल्यासाठीसुद्धा आहे. सहाव्या मजल्यावर बदल घडून आला आणि पेशंट्सप्रती आपण अधिक सहृदय झालो. हीच सहृदयता आपल्या हॉस्पिटलभर झिरपताना आपल्याला दिसते आहे. नाही का? मिस स्कालपेल आणि आपल्यात समान असणारा धागा म्हणजे पेशंट्सची काळजी घेण्यामध्ये स्वत:ला झोकून देण्याची हातोटी. हे तर कुणीही अमान्य करणार नाही.''

अशाच दुसऱ्या मीटिंगमध्येदेखील स्कालपेलबद्दल प्रश्न विचारण्यात आले. त्यानंतर पिंगनी प्रश्न विचारण्यासाठी हात वर केला.

''या पिंगच्या मनात तरी काय आहे? मी तर तिच्यावर अवलंबून आहे.'' ऱ्होंडाच्या मनात आलं.

''हं, पिंग, काय म्हणतेस?''

''ऱ्होंडा, मिस स्कालपेलने आपल्यासमोर ठेवलेलं आव्हान आणि आपण आत्तापर्यंत केलेले प्रयत्न यांची सांगड घालण्याचा प्रयत्न मी केला. शिवाय तुझ्याशी जो सुसंवाद नव्याने सुरू झाला आहे तोही मला खूप काही शिकवून गेला. मला असं वाटतंय की या सहाव्या मजल्यावर आपण नक्कीच एक अनोखं अनुभव विश्व आकाराला आणलं आहे. हे जर कोलमडलं किंवा त्यावरची आपली पकड सैल झाली तर काय अर्थ उरेल आपल्या इतक्या सर्वांच्या प्रयत्नांना?''

''देवा, आता पिंग काय सुचवणारे? पोस्टर्स, खेळणी, मासे राहायलाच हवेत असं काही म्हणते की काय?''

पिंग पुढे बोलू लागली, ''पाहा ना! आपले इथले कामाचे तास आपल्याकरता अधिक वेधक व्हावेत म्हणून आपण आपल्यात बदल केला. आपल्या पेशंट्सना आराम मिळावा म्हणून काही गोष्टी जाणीवपूर्वक स्वीकारल्या. खूप काही पणाला लावलंय आपण. त्यामुळेच एक विचार माझ्या मनात प्रकर्षाने येतो आहे. तो असा की, मिस स्कालपेलच्या रूपाने आपल्याला सुवर्णसंधी तर लाभलेली नाहीये का?''

“काय? सुवर्णसंधी? ती कशी? काय म्हणायचंय तुला?” चारही बाजूंनी प्रश्न उमटले. ऱ्होंडाने मात्र सुटकेचा निश्वास टाकला.

“हो, मला वाटू लागलंय की आताशा आपण सगळे विनाकारणच बाह्यप्रेरकांवर अवबलंनू राहू लागलो आहोत. आपण एक ‘धम्माल-कमिटी’ सुरू केली आहे. आपल्या नावाबरोबर इटुकले मासे अडकवून घेतलेत. कधी आपण हवाईअन शर्ट्स घालून येतो, कधी दुसराच एखादा फंडा काढतो. डबापार्ट्यासुद्धा करू लागलो आहोत आपण. इतकंच काय तर मीटिंग्जमध्ये आपण फिश स्टिक्स आणि फिश क्रॅकर्स खायला ठेवू लागलो आहोत. अगदी शिळे असले तरीही. खरोखरच, गरज आहे का या साऱ्याची? म्हणजे मी असं नाही म्हणत की आपण कुठल्याही प्रकारे मजा करायची नाही; पण सुरुवातीला ज्या गोष्टींमुळे धम्माल वाटत होती त्या आता अंगवळणी पडल्यासारख्या झाल्या आहेत खऱ्या.”

“म्हणूनच वैयक्तिकरीत्या मला तरी असं वाटतंय की आपल्याला कुठेतरी समतोल साधता आला पाहिजे. आपला वेळदेखील छान गेला पाहिजे. पेशंट्सकडेही नीट लक्ष दिलं गेलं पाहिजे आणि कदाचित याकरता काही वेगळा विचारसुद्धा करता आला पाहिजे.”

तेवढ्यात बेथ उठली आणि भरभरून बोलू लागली, “पिंग, मला पण बरेचदा जाणवतं की असं बाह्यप्रेरकाच्या साहाय्याने किती दिवस गाडी ढकलायची? कारण तेही धोक्याचंच ना? कोणत्या दिवशी कोणता नवीन बॉस येईल आणि सारं बंद करायला लावेल हे कोणाला माहिती असणारे? ताजं उदाहरणच आहे आपल्यासमोर. आयुष्य असंच असतं, अचानक धक्के देणारं. ते काय आपली परवानगी विचारायला येणारे का? सांगा? त्यापेक्षा आपण जर आपली अंत:प्रेरणा जागृत केली तर बाह्यउद्दिपकांची यत्किंचितही आवश्यकता आपल्याला भासणार नाही, असं माझं मत आहे. आपण निश्चयपूर्वक जबाबदारी उचलावी, समर्थपणे ती पेलावी. नवीन पायवाटा आत्मविश्वासाने निर्माण कराव्यात म्हणजे आपली वाटचाल सुखकर होईल. मग असे छोटे-मोठे धक्के बसले तरी वाट सुटायचीही नाही आणि चुकायचीही नाही, हे नक्की. या सहाव्या मजल्यावरच्या पेशंट्सना आणि आपल्यालाही इथे सुंदर अनुभूती देणं हाच आपला मूळ उद्देश होता. तो सफलदेखील झाला

आहे यात काही वादच नाही. पण म्हणून आपण इथे थांबणं योग्य नाही, कारण मुळात हा शेवट नाहीच.''

''आणि मला ताण आला होता की, या सगळ्यांचा विरोध मोडून कसा काढावा याचा. कधी-कधी ती या ग्रूपच्या क्षमता जोखण्यात कमी पडते की काय?''

ऱ्होंडाचा ताण कमी झाला. मार्गो आणि ईर्शकडून तिने जे प्राथमिक धडे गिरवले होते तेच या दोघींनी धडधड म्हणून दाखवले होते जणू. कदाचित शब्दांचं हे शहाणपण त्यांच्यात उपजतच असेल किंवा मग सुसंवादांमुळे त्यांना व्यक्त करणं शक्य झालं असेल, कुणी सांगावं? जाऊ दे, काथ्याकुट करण्याची काहीही गरज नाही.

आता ज्युआनदेखील सरसावला बोलायला, ''मला वाटतं, आपल्या जवळचा छोटा मासा आपण आपल्या खिशात सारावा. म्हणजे दृष्टीस न पडतादेखील दृष्टीच्या टप्प्यात असेल तो. खिशातूनच तो जाणीव करून देईल आपल्या कटिबद्धतेची आणि उत्कटतेचीसुद्धा.''

पाच-दहा मिनिटं सगळ्यांनीच यावर साधक-बाधक चर्चा केली. पुन्हा एकदा पिंग पुढे सरसावली.

''माझ्या मते फिश आणि स्टिकर्स नजरेआड असले तरी फारसं काही बिघडणार नाहीये आता. आपण काय करू पाहतोय आणि काय गमवू शकतोय याची जाणीव आपल्याला नक्कीच आहे. इथून पुढे आपण आवश्यकतेनुसार फिशचा वापर करावा असं मला वाटतंय. म्हणजे पेशंट्सना आणि त्यांच्या कुटुंबीयांना दिलासा द्यायला, त्यांची काळजी घेतली जाईल ही आश्वासकता निर्माण करायला, आपल्यातला संवाद अधिक चांगला व्हायला या फिशचा आधार घेता येईल. फिश पाहून तेही विचारतील की 'हे काय?' मग आपण आपल्या शब्दांत त्यांना समजावून सांगू शकू. त्यांना समजवताना प्रत्येक वेळेस आपल्यालाही नव्यानेच उमजत जाईल आणि मग पायमल्ली तर होणार नाहीच; परंतु हयगयसुद्धा होणार नाही. काय, कसा वाटतोय हा विचार?''

सगळ्यांचा उत्साहवर्धक आवाज पुरेसा होता होकार जाणून घ्यायला. ऱ्होंडाने तत्काळ विचार पक्का केला आणि पुनश्च सूत्रं हातात घेतली.

''तुम्ही सगळेच जण 'एकाहून एक' आहात. मी तुम्हाला सर्वसाधारण कल्पना दिली होती; परंतु मी करत असलेली प्रत्येक गोष्ट तुम्हाला

सांगितलीच होती, असं नाहीये. पण आता मला जाणवतंय की आपल्या साऱ्यांच्या प्रवासाची दिशा सामूहिक आहे. आपल्या कामातून निखळ आनंद मिळवणे आणि सर्वोत्तम योगदान देणे. मी आत्तापर्यंत थोडंफार शिकते आहे. अजून बराच मोठा पल्ला गाठायचाय म्हणा. पण मी हे कोणाकडून शिकले आहे ते माहितीये का? मी चक्क एका सुशी शेफकडे हे धडे गिरवले आहेत, बरं का मंडळी.''

ऱ्होंडाच्या तोंडून सुशी शेफ हे ऐकल्यावर अनेकांनी चक्क 'आ' वासला. ते पाहूनही ऱ्होंडानी पुढे बोलणं सुरू ठेवलं. 'मला असं वाटतं की आपण सगळ्यांनी एकत्र एवढा वेळ देण्यापेक्षा वेगवेगळ्या शिफ्टच्या वेगवेगळ्या कक्षातून काही व्हॉलेंटियर्स पुढे आले तर सगळ्यांचा वेळ अधिक सत्कारणी लागेल. चालेल का?''

नव्याने एक टीम – 'टास्क फोर्स'

पिंग, बेथ, चॅड आणि बरेच जण पटकन पुढे आले. बघता-बघता टास्क फोर्स तयार झाला. त्यांचा उत्साह पाहून ऱ्होंडाला खूप बरं वाटलं. दोन दिवसांनी दुपारी साडेतीनला ब्रेकरूममध्ये पहिली मीटिंग घ्यायचं ठरलं. ''तुम्ही स्वखुशीने पुढाकार घेतलात म्हणून मनापासून आभार मानते हं तुमचे. कामाचा प्रचंड ताण असतानाही तुम्ही स्वत:चा वेळ यासाठी देत आहात हे निश्चितच कौतुकास्पद आहे. डे-शिफ्टच्या व्हॉलेंटियर्सकरता एका तासाचा ओव्हरटाइम लागू होईल. शिवाय तुम्ही इथे आल्यामुळे तुमचे ड्युटी जे सांभाळणार आहेत, त्यांनाही हा लाभ होईल. अर्थात, हे फारच जेमतेम आहे. कदाचित कपभर कॉफीचे पैसे सुटतील यातून.

तर आता मी माझा अनुभव सांगते. माझ्या एका मैत्रिणीने माझी ओळख ईशीसोबत करून दिली. ईशी स्वत:चं ताकारा-टू नावाचं सुशी रेस्टॉरंट चालवते. तेही न्यू यॉर्कच्या मध्यवर्ती भागात. आपल्या सुसंवादाला ईशीच कारणीभूत आहे. तिच्या रेस्टॉरंटमध्ये ती आपल्या ग्राहकांना उत्तम आणि अनोखा अनुभव देण्यासाठी कटिबद्ध आहे. यासाठी ती अभिनव कल्पना अमलात आणते. त्यात तिचा स्टाफ तिला मनोमन साथ देतो. तिचं रेस्टॉरंट इतकं लोकप्रिय आहे की लोक ऐन थंडीत

कुडकुडत तिच्या रेस्टॉरंटपुढे, तासन्तास रांगा लावून उभे राहतात. हे सगळं तिने कसं साध्य केलं हे ती आपल्याला सांगणार आहे. ज्या दिवशी तिच्या रेस्टॉरंटला सुटी असते, त्या दिवशी आपण तिला भेटायला जाऊ शकतो.

तिचं शिक्षण म्हणाल तर चार-चौघांइतकंच आहे. तिच्या कुटुंबाचा साधारण १९५०पासून सिॲटलमध्ये व्यवसाय होताच. गेली अनेक दशकं ते गिऱ्हाईकांच्या संतोषाला पात्र ठरले आहेत. कारण ते बदलाला सातत्याने सामोरे गेले, जुळवून घेत गेले. पाहा ना, जेव्हा 'टेम्पुरा' या खाण्याची लाट ओसरली आणि सुशीला सुगीचे दिवस आले तेव्हा त्यांनी जराही न डगमगता सुशीसाठी वाहून घेतले. तिचे इथे असलेलं रेस्टॉरंट आहे. 'ताकारा-टू' गेली चार वर्षं सातत्याने प्रत्येक संध्याकाळी तिथे खवय्यांची गर्दी होते. लांबच लांब रांगेत न कंटाळता लोक आपला नंबर कधी येतो आहे याची वाट पाहत थांबतात. आपली ध्येयदृष्टी सतत तेवती कशी ठेवावी हे आपल्याला ईशीकडून शिकता येईल असं मला वाटतंय. ती ताकारा-टूची भागीदार तर आहेच; पण स्वत: उत्तमप्रकारे सुशी बनवते.''

''ऱ्होंडा...!''

''बोल जस्टिन.''

''तू रेस्टॉरंटच्या गोष्टी करतेयस. आपण तर हॉस्पिटलमध्ये काम करतोय ना!''

''तुझं म्हणणं अगदी बरोबर आहे. मीदेखील याचा भरपूर विचार केला आहे. मला सांग, मुळात सहाव्या मजल्यावर वेगळी वातावरण निर्मिती करण्याची कल्पना आपल्याला कुठून स्फुरली? मासे व्यापाऱ्यांकडूनच ना? म्हणून तर आपण सगळीकडे माशाचा मुक्त वापर केला होता. बुद्धीचातुर्याचा मासला कुठे अनुभवायला मिळेल, हे सांगता येत नसतं. आपण कुणीही मासेव्यापारी, निश्चितच होणार नव्हतो; परंतु तरीही त्यांच्या कामकाजाच्या पद्धती अंगिकाराव्या असं आपल्याला वाटलंच ना! मला एक सांगा, फिश मार्केटच्या कल्पना वापरल्यापासून आपल्याकडे झालेल्या बदलांच्या नोंदी कोणी ठेवल्या आहेत का? ''

हेदर म्हणाली, ''मी न्यू यॉर्क युनिव्हर्सिटीमधून एमबीए करते आहे. आम्हाला एक वार्षिक रिसर्च प्रॉजेक्ट पूर्ण करावा लागतो. मी ज्या

टीममध्ये आहे त्यांना आपल्या इथल्या नवीन बदलांबद्दल उत्सुकता वाटली म्हणून त्यांनी त्याच्या नोंदी ठेवायला सुरुवात केली. त्यासंदर्भात आम्ही सर्व्हे केले. पेशंट्सच्या आणि स्टाफच्या मुलाखती घेतल्या. हॉस्पिटलकडे भरपूर आणि वेगवेगळी माहिती असते. त्यांपैकी किती पेशंट्स या हॉस्पिटलमध्ये येतात? किती जण किती दिवस राहतात अशा काही बाबींची नोंद आम्ही करून घेतली. तुझं जेव्हा प्रमोशन झालं ना तेव्हा आम्ही डेटा जमवण्याच्या दुसऱ्या फेरीला सुरुवात केलेली होती.''

''हो का? मला कसं नाही आठवत इंटरव्ह्यू दिल्याचं किंवा एखादा सर्व्हे भरून दिल्याचं? बहुधा म्हातारी झाले आहे मी आताशा!''

''अगं नाही, तसं नाही. आम्ही सरसकट साऱ्यांचा इंटरव्ह्यू घेतला नव्हता. सर्वसाधारण निवड केली होती.''

''आपण म्हातारे झालो आहोत या भावनेपेक्षा हे करणं बरं वाटतंय ऐकून घ्यायला.'' ऱ्होंडा म्हणाली.

''आमच्या त्या रिपोर्टचा पहिला ड्राफ्ट तयार झाला आहे. मी असं करते, तुला त्याची एक प्रत आणून देते.''

''प्रथमदर्शनी काय मत होतंय?''

''आमच्या गाईडच्या मते निष्कर्ष अगदी ठळकपणे जाणवताहेत.''

''पण म्हणजे चांगल्या अर्थाने की...?''

''चांगल्या अर्थाने.''

''मिस स्कालपेलना हे ऐकून छान वाटेल. चला तर आता जरा कामाची आखणी करूया.''

त्यांचा नियोजित एक तास संपता-संपता त्यांनी 'ताकारा-टू'च्या भेटीची वेळ आणि तारीख पण ठरवली.

नर्सेससाठी सुशी

ठरल्या दिवशी, ठरल्या वेळी ते सगळे 'ताकारा-टू'ला जमले. ईशी, तिचा नवरा हीरो आणि त्यांचा सर्व स्टाफ स्वागतासाठी उभा होता. ऱ्होंडाने ताकोला लगेच ओळखलं. डाएट सोड्याची आठवण ताजीच होती तिच्या मनात. सगळ्यांनी एकमेकांची ओळख करून

घेतली. इकडच्या तिकडच्या गप्पा सुरू झाल्या. ईशीनी त्यांच्यासाठी खास रोल्स बनवले होते. आलेल्या पाहुण्यांपैकी चॅड हा ईशीच्या पाहुणचाराने विशेष प्रभावित झाला होता.

"चॅड, घे ना आणखीन एखादा! रोलचा हा प्रकार आमच्या कुटुंबाची खासियत आहे. १९५०मध्ये माझे आजी-आजोबा आणि दोन पणज्यांनी रेस्टॉरंट सुरू करायचं ठरवलं. मुळातच ते स्वभावाने उमदे होते. आत्मीयता हा त्यांचा स्थायिभाव होता. त्यांच्या या स्वभावविशेषाचा फायदा त्यांच्या रेस्टॉरंटला झाला. सुरुवातीला केवळ नातेवाइकांपुरताच हा व्यवसाय मर्यादित होता. पण जसजशी भरभराट होत गेली, तसतशी इतरांना सामावून घेण्याची गरज पडू लागली. त्याच सुमारास आजी-आजोबाही थकत गेले. इतक्या वर्षांत आमच्या रेस्टॉरंटने नाव कमावलं होतं. ते अबाधित राखणं गरजेचं होतं. आजी-आजोबांच्या माघारी ते टिकवून ठेवणं आमचं काम होतं.

माझे वडील डॉक्टर होते. त्यांनी पूर्ण वेळ वैद्यकीय व्यवसायाला वाहून घेतलं होतं. त्यामुळे रेस्टॉरंटचंच पुढे काय करायचं हा यक्षप्रश्न आईसमोरच उभा राहिला. मग तिने अनेकांच्या भेटी घेतल्या, चर्चा केल्या, आवडी-निवडी जाणून घेतल्या. त्यातून अनेक प्रयत्न केले, चुका घडल्या, दुरुस्त्या झाल्या. या साऱ्याचा परिपाक म्हणजे तुमच्या हातात असलेला रोल.

शोधा 'आपले आपण'

माझ्या आईला एक बाब प्रकर्षाने जाणवली. ती म्हणजे कोणत्याही उत्तम संस्थेमध्ये बांधीलकी ही अतिशय उच्च प्रकारची असते. मग तिने आपल्याच कर्मचाऱ्यांसमवेत संवाद सुरू केला. त्यांच्या दृष्टीने कोणती नीतितत्त्वं महत्त्वाची आहेत हे जाणून घ्यायला सुरुवात केली. नीतिमत्ता आणि बांधीलकी या विचारांवर बोलताना ते सारेच आतून फुलून येत असत. आपल्या बांधीलकीविषयी चर्चा करणं हे त्यांचं बलस्थान तर होतंच, शिवाय त्या चर्चेतून त्यांना अधिकाधिक अचूकपणे स्वतःचं चित्र उभं करता येत असे.

"चॅड, तुला रोल्स सर्वाधिक आवडले आहेत, तेव्हा तुझ्यापासूनच

सुरुवात करूयात. तुझी बांधीलकी कशाशी आहे, असं तुला वाटतं?''

''मी आडवा हात मारतोय का?''

''अरे, तुला हवं तेवढं खा; पण सांग ना, तुझी बांधीलकी कशाशी आहे?''

''अर्थातच गुड समारिटनची जी ध्येयदृष्टी आहे तीच माझीदेखील आहे.''

''म्हणजे नक्की काय ते सांगशील का?''

''तेच गं जे आमचं घोषवाक्य आहे. आमच्या ब्रोशरवर लिहिलेलं आहे. मी काही तोंडपाठ नाही केलंय. पण साधारणतः सांगू शकतो.''

''ब्रोशरवर जे काय लिहिलं आहे ना ते साधारणतः येणाऱ्या-जाणाऱ्या प्रत्येकाला समजवण्याच्या दृष्टीने व्यापक असं आहे. मी तुझं वैयक्तिक मत जाणू इच्छिते.''

''तुला काय अपेक्षित आहे हे जरा मला कळत नाहीये.''

''ते जे काही विस्तृत प्रमाणात मांडलं आहे ते तू तुझ्या आयुष्यात चपखलपणे कसं बसवलं आहेस?''

''हं! दर्जेदार 'पेशंट केअर' देताना दर्जा सांभाळणं माझं आद्य कर्तव्य आहे. हे करत असतानाच पेशंटबरोबरचे माझे संबंध सहृदय कसे असतील याकडे मी लक्ष देतो. त्याचबरोबर प्रेम, साहचर्य, सह-अनुभूती आणि सहजता असावी हा प्रयत्न करतो. विनाकारण तिरसटपणा करणं, फटकारणं हे प्रकार मला आवडत नाहीत.''

''वा! किती नेटक्या शब्दांत मांडलंस. आता मला एक सांग, तू तर गुड समारिटन जी ध्येयदृष्टी पाठ केलेली नाहीस तरीही आपण त्या संस्थेचा एक भाग आहोत असं तुला वाटतं, हो ना?''

''असंच काहीसं म्हणता येईल.''

शोधा आपले आपण

कोणतीही ध्येयदृष्टी लक्षात घेण्यासाठी सर्वांत प्राथमिक आवश्यकता असते, ती वैयक्तिक 'आपले आपण' जाणण्याची.

त्या ध्येयदृष्टीकडे बघण्याची आपली स्वतःची नजर म्हणजे 'आपले आपण'.

संवादातून आपण 'आपले आपण'चा शोध घेऊ लागलो की आपसुकच त्यासाठी आवश्यक ऊर्जास्त्रोत पाझरू लागतात.

आता मसालेदार ट्युना रोल्स करता-करता ईशी म्हणाली, ''याबद्दल कोणाला काही सांगायचं आहे का?''

कॅथी म्हणाली, ''कामाच्या ठिकाणी आपल्या कर्मचाऱ्यांना मदत करण्यासाठी मी बांधील आहे.''

जस्टीननी मस्तपैकी मोठा घास घेतला होता. त्यामुळे बोलताना त्याची जरा तारांबळ उडाली. ''कामाच्या ठिकाणचं वातावरण अधिकाधिक प्रसन्न वाटण्याकरता माझी मनोवृत्ती योग्य असावी याकरता मी बांधील आहे.''

त्या सगळ्यांचं बोलून झाल्यावर ताको पुढे आला. 'ताकारा-टू'बद्दल मी माझा दृष्टिकोन सांगतो म्हणजे तुम्हाला समजावून घेणं अधिक सोपं जाईल. आपण प्रत्येक जण वेगळ्या भूमिकेत वावरत असतो, नाही का? आपण कोणतं काम करतो हे सांगणं आपल्याला नेहमीच आवडतं; परंतु त्याहीपेक्षा महत्त्वाचं म्हणजे हे काम आपणच कसं छान करतो हे मांडणं. आपली गरज होऊन बसतं. बहुतांशी वेळेस हे असं घडतं खरं. 'ताकारा-टू'चं वैशिष्ट्य काय आहे असा प्रश्न आपल्याला पडतो. हो की नाही? आम्ही जे काम करत आहोत त्यामुळे इतरांना कसा अनुभव मिळेल किंवा मिळावा याविषयीचे आमचे विचार आम्ही एकमेकांपुढे मांडतो. एखादी कृती करत असताना आम्ही ती कोणत्या भूमिकेतून करणार आहोत याचा सारासार विचार आमच्या मनात सतत रुंजी घालत असतो. मी ऑर्डर्स घेण्याचं काम करतो. ईशी आणि हीरो सुशी घडवण्याचं काम करतात. त्याचप्रमाणे इतर जणं त्यांची ठरलेली कामं करत असतात; परंतु आमची ही कामं करत असताना आम्ही संघटित होऊन एक अनोखी अनुभूती देण्याचा प्रयत्न करतो. हे करत असतानाच आलेल्या ग्राहकाला केंद्रस्थानी ठेवतो आणि एकमेकांची दखलसुद्धा घेतो. आमच्याकडे आलेल्या ग्राहकाशी आमचा ऋणानुबंध निर्माण व्हावा म्हणून आम्ही झटतो.'' ईशीच्या चेहऱ्यावर ताकोबद्दल कौतुकाच्या भावना उमटल्या होत्या. ती म्हणाली, ''अगदी खरंय याचं म्हणणं. आपली ध्येयदृष्टी सातत्याने तेवती ठेवण्यासाठी खरंच गरज असते अशा चर्चांची. तेही वरचेवर. तरच त्या दृष्टीचं पुनरुज्जीवन होत राहतं. काही आठवड्यांपूर्वी मी ऱ्होंडाला सुचवलं होतं की, तिनं तुम्हा सर्वांशी सुसंवाद साधण्याची गरज आहे. गुड समारिटनमध्ये

संवाद होत नव्हते. नव्याने पडलेल्या या सुसंवादांच्या पायंड्यामुळे एकंदरीत ऊर्जेत लक्षणीय बदल झाला आहे हे तुम्हालासुद्धा जाणवलंय. हो ना? मला माहितीये कारण तीस वर्षांपूर्वी माझ्या आईलादेखील हाच अनुभव आला होता.

''तसं म्हटलं तर प्रत्येकाचीच बांधीलकी कुठे ना कुठे तरी असतेच. पण काहींच्या बाबतीत ती प्रकर्षाने कार्यरत होते. का बरं असं असावं? याला दोन बाबी कारणीभूत आहेत. एक म्हणजे तुमच्या ध्येयदृष्टीशी तुमचं असलेलं नातं आणि दुसरं म्हणजे या नात्याची जाणीव इतरेजनांना करून देताना तुम्ही त्यांच्याशी साधलेला सुसंवाद. मुळातच ध्येयदृष्टी सातत्याने तेवती ठेवण्यासाठी गरज असते ती 'आपले आपण' शोधण्याची. आता तसं पाहाल तर औपचारिक ध्येयदृष्टीचा शोध अनेकविध पातळ्यांवर घेतला जातो. पण वैयक्तिक पातळीवर ज्याने त्याने जाणीवपूर्वक 'आपले आपण' ठरवायचं असतं, जगायचं असतं आणि यासाठी भरीव मदत होते ती एकमेकांशी सुसंवाद साधण्याने हा शोध घेणं आणि त्याला चिकटून राहणं मग सोपं होऊन जातं.''

''मी तर असंही सुचवेन की तुम्ही वरचेवर मीटिंग्ज घ्या. स्वतःच्या बांधीलकीबद्दल बोला. 'आपले आपण'ला व्यक्त करा. माझी बहीण सिॲटलचं ताकारा सांभाळते. तिनेसुद्धा सुरुवात केली आहे अशा मीटिंग्जची आणि वरचेवर होणाऱ्या सुसंवादाने त्यांच्याकडच्या वातावरणामध्ये आमूलाग्र बदल झालेला दिसून येतो आहे. आम्हीसुद्धा दर आठवड्याला अशा मीटिंग्ज घेतो. येता-जाता अशी चर्चा करणं कठीणच असतं. त्यासाठी थोडा वेळ काढावाच लागतो.''

जगा 'आपले-आपण'

''आणि हे लक्षात घ्या की 'आपले-आपण'चा शोध ही केवळ सुरुवात आहे. आपल्याला तिथे थांबायचं नाहीये हे नक्की. जेव्हा आपण ते आत्मसात करायला सुरुवात करू, तेव्हा कुठे त्याचे फायदे आपल्याला जाणवायला लागतील. त्यासाठी आपल्याला ते जगणं गरजेचं आहे.''

"जगणं?" मॅलरी आश्चर्याने उद्‌गारली.

"हो, जगणंच! कुठल्याही लहान-मोठ्या संस्थेचा विचार केला तर भरभराट होण्यामागचं कारण म्हणजे ध्येयदृष्टीच्या प्रती असलेली दृढ बांधीलकी आणि त्यातून उत्स्फूर्तपणे प्रकट झालेली सर्जनशीलता. या बांधीलकीच्या माध्यमातून तुमच्यासमोर अनेक संधी उभ्या ठाकतात, ज्या एरवी तुमच्या नजरेस पडल्या नसत्या. तुम्हाला जरा गोंधळात पडल्यागत वाटेल; पण आम्हीसुद्धा अजूनही 'ताकारा-टू'च्या ध्येयदृष्टीशी बांधलेले आहोत. इथे काम करताना आमच्या कृतीतून आमच्या या ध्येयभावनेला सातत्याने बळकटी येत असते. तसं म्हटलं तर सुशी घडवणं आणि विकणं हेच काय ते आमचं काम, हो की नाही? ते तर कुणीही करेल. मग आम्ही इथे असं काय वेगळं करतो असं विचारलं तर मी म्हणेन की या सुशी घडवताना, विकताना, तुम्हाला खिलवताना आमची मनोभूमिका अत्यंत महत्त्वाची असते."

पिंगच्या चेहऱ्यावर एक भलं थोरलं प्रश्नचिन्हं होतं. "तू जे म्हणालीस ना की, 'एरवी आपल्या नजरेस न पडणाऱ्या अनेक संधी आपल्यासमोर उभ्या ठाकतात,' ते जरा माझ्या डोक्यावरून गेलंय गं!"

आपल्या ध्येयाप्रती जात असताना उपलब्ध होणाऱ्या संधीबद्दल मी म्हणत होते, "एक काम करूया, ऱ्होंडा जेव्हा मार्गोबरोबर पहिल्यांदा इथे आली तेव्हा तिला आलेला अनुभव आधी ऐकूया, चालेल?"

ऱ्होंडा पटकन पुढे झाली. "त्या दिवशी मी आणि मार्गो इथे आलो आणि मार्गोच्या लक्षात आलं की ती तिचा चश्मा गाडीतच विसरून आली आहे. त्यामुळे हातात आलेलं मेन्यूकार्ड तिने परत केलं. आमच्या ध्यानी-मनीही नव्हतं; पण दुसऱ्याच क्षणी इथल्या स्टाफपैकी एक जण चक्क वेगवेगळ्या नंबरचे चश्मे घेऊन तिच्याजवळ आला. आम्ही तर त्या त्परतेने थक्कच झालो."

पुन्हा एकदा ईशीने सूत्रं हातात घेतली. "प्रत्येक दिवशी आमच्यासमोर असे अनेक क्षण येतात, ज्यातून आम्ही 'ताकारा-टू'च्या संदर्भातील आमची ध्येयदृष्टी अधिक स्वच्छ करू शकतो. ती प्राप्त करण्यासाठी अधिक नेटाने प्रयत्न करू शकतो. हा प्रयत्न जितका सच्चा तितका येणारा अनुभव भिडणारा ठरतो."

ऱ्होंडा म्हणाली, "एक आई म्हणून मला आलेला अनुभव या

संदर्भात आपल्याला खूप काही सांगून जाईल. मला नवीन शब्द जाणून घ्यायला आवडतात. माझ्या मुलांनीदेखील ही आवड जोपासावी असं मला वाटतं. त्यासाठी जेव्हा जेव्हा एखादा नवीन शब्द माझ्या वाचनात येतो तेव्हा तेव्हा आम्ही सगळे एकत्र बसून त्या शब्दाची नोंद करतो. तो शब्द वापरून पाहतो. गेल्या काही दिवसांत मुलांमध्ये ही सवय रुजली आहे, असं माझ्या लक्षात आलं. ॲनला सुरुवातीला चक्क लर्निंग डिसॅबिलिटी होती; पण आता तिचा दांडगा शब्दसंग्रह पाहिला की खरं नाही वाटणार कोणाला. माझी ध्येयदृष्टी होती शब्दांवर प्रेम करता येणं आणि नित्य मिळणारे नवे शब्द हे माझे सौख्याचे क्षण होते. हा सारा प्रवास खूपच रोमांचक बनला आहे.''

''ऱ्होंडा, अगदी चपखल बसणारं उदाहरण दिलं आहेस तू. आपल्याला मुलांना उत्तम शिक्षण देण्याप्रती तुझी बांधीलकी आहे. या बांधीलकीतूनच नवीन शब्द शोधण्याची संधी तुझ्या नजरेस पडली. तुझ्यासमोर एकदा नवीन शब्द आला की तो तुझ्याकरता सौख्याचा क्षण बनतो. त्याचवेळेस हा नवीन शब्द शिकणं तुझ्याकरता रोमांचक ठरतं. तुमच्यापैकी कुणी नर्सिंगमधला अनुभव सांगू शकता का?''

एरवी अतिशय शांत आणि अबोल असणारी हिदर बोलू लागल्याबरोबर सगळ्यांच्याच नजरा तिच्याकडे वळल्या. ''ज्युआनची कालची कृती पाहून मी अगदी भारावून गेले. त्याचं काय झालं आयसीयूमधून एक वयस्कर पेशंट आमच्या कक्षात आले. त्यांना स्ट्रोक येऊन गेला होता. त्यांच्याबरोबर त्यांची बायको होती. जिला काठीशिवाय चालणंही कठीण होतं. तिला नवऱ्याबरोबर रात्री हॉस्पिटलमध्ये राहायचं होतं; परंतु एकंदरीत तिची शारीरिक अवस्था लक्षात घेता ते अतिशय गैरसोयीचं होतं.

जगा आपले आपण

एकदा का आपल्याला 'आपले आपण'ची कल्पना आली की, त्या जगण्याची संधी सहजगत्या उपलब्ध होते.

याच संधींना आपण सौख्याचे क्षण म्हणून संबोधतो.

तद्नंतर, मिळणारा प्रत्येक सौख्याचा क्षण आपण भरभरून जगतो आणि यातूनच बळकट होत जाते आपल्या अंतर्यामीची ऊर्जा, ज्यायोगे ध्येयदृष्टी आपल्या नजरेच्या टप्प्यात यायला मदत होते.

अशा वेळेस ज्युआन पुढे झाला. त्याने त्या वृद्धेचा हात आपल्या हातात घेतला आणि तिला समजावून सांगितलं की हा संपूर्ण मजला आता तिच्या नवऱ्याची काळजी घेईल, तेही घरच्यासारखी. त्याला जराही तोशीस पडू देणार नाही. आम्ही सगळे जण रुग्णसेवेकरता कसे बांधील आहोत हे त्या वृद्धेला समजावून सांगता-सांगता त्याने आपल्या कॉलरच्या आड दडवलेला मासा तिला दाखवला. त्याने तिला म्हटलं की, आम्ही सगळे जण असा छोटा मासा मिरवतो, कारण त्यामुळे आम्हाला आमच्या बांधीलकीची सुखद जाणीव होत राहते आणि म्हणूनच तिच्या नवऱ्याची सर्वतोपरी काळजी घेणं आमच्यासाठी महत्त्वाचं आहे. संपूर्ण हॉस्पिटल हे एका घट्ट विणीत बांधलेलं कुटुंब असून, तो वृद्ध पेशंट त्या कुटुंबाचा महत्त्वाचा घटक आहे. त्यामुळे तिने अगदी निश्चिंत मनाने घरी जावं.

ते ऐकून ती खरोखरच निश्चिंत मनाने घरी गेली. त्यामुळे तिचा मुलगा आणि मुलगी दोघंही सुखावले. तिची समजूत घालणं, तिला आश्वस्त करणं यासाठी ज्युआननी मुद्दामहून स्वतःचा वेळ खर्च केला. ती जर रात्री हॉस्पिटलमध्ये थांबली असती तर रात्रपाळीच्या स्टाफला तिलाही सांभाळावं लागलं असतं. म्हणजे त्यांचंही काम वाढलं असतं. केवळ ज्युआनच्या सौहार्दतेमुळे सगळ्यांचाच फायदा झाला. माझ्या मते त्या वेळेस ज्युआनसाठी ध्येयदृष्टी सौख्याचे क्षण घेऊन आली.''

''अगदी खरं आहे तुझं म्हणणं!'' ईशी म्हणाली. ''मुळातच सौख्याचे क्षण मिळवण्याची संधी शोधणं, ती गवसणं यातूनच आपल्या ध्येयदृष्टीचं दृढीकरण सातत्याने होत राहतं आणि म्हणूनच मी म्हणेन की तुम्ही सगळे मिळून गुड समारिटनला उत्कृष्ट बनवू शकता. ध्येयाप्रती पोहोचवू शकता. तिथे उपस्थित असताना तुम्ही कशा प्रकारे जगता यावर हे अवलंबून असेल. जेव्हा तुम्ही 'आपले आपण' जगायला शिकाल, तेव्हाच हे साध्य होईल.''

बोलता-बोलता ईशीचं सुशी घडवणं चालूच होतं– ''मला कल्पना आहे की 'आपले आपण'चा शोध घेणं आणि त्यानंतर ते जगणं या काही इतक्या सहजसाध्य गोष्टी नाहीयेत. पण आपल्याला इथे थांबून चालणार नाहीये. या दोन्हीला आपल्याला अजून एक भक्कम जोड द्यायची आहे. नाहीतर हा शोध आणि नंतरचं जगणं वाळूसारखं

अलगद निसटून जाईल हातातून. ही भक्कम जोड म्हणजेच तिसरा आणि सर्वांत महत्त्वाचा घटक आहे असं मी म्हणेन. ऐकायचं आहे त्या घटकाबद्दल?''

''हो, आम्ही अगदी आतूर झालो आहोत ऐकायला!'' जस्टीन सगळ्यांच्या मनातलंच बोलली जणू. ईशीला एकदम जाणवलं की, जस्टीनचे कान किती मोठे आहेत. पण अर्थातच त्याचा उल्लेख करणं तिने टाळलं. पुढे बोलायच्या आधी तिने मोठा निःश्वास घेतला. तिच्या चेहऱ्यावर पुन्हा एकदा गोंडस स्मित पसरलं आणि साऱ्यांकडे एकवार पाहत तिने सुरुवात केली.

प्रशिक्षित करा – 'आपले आपण'

''ताकारा-टू'करता आम्ही जी ध्येयदृष्टी अंगिकारली आहे, ती बहुतांशी वेळा आम्ही परिपूर्णतेकडे नेतो. पण माणूस म्हटला की कधीतरी चुकासुद्धा होऊ शकतात, नाही का?

इतकंच काय, एखाद्या क्षणी तर आम्हाला काय हवं आहे हेच आम्हाला उमजेनासं होतं. म्हणूनच हा तिसरा घटक मोलाचा आहे. आमच्या संपूर्ण कार्यशैलीवर त्याचा प्रभाव आहे. आम्ही सगळे जण एकमेकांना आपल्या लक्ष्यांवर लक्ष केंद्रित करण्यासाठी मदत करतो, प्रशिक्षित करतो. प्रशिक्षणामुळेच तर आपण आपल्यातील गुणांचा सर्वोत्तम वापर करू शकतो ना?

आमच्याकडे प्रत्येक जण प्रशिक्षक असतो, कुणी कुणाला प्रशिक्षण द्यावं यावर कुठलाही अंकुश नाही, नियम नाही. हा लहान, तो मोठा, वरिष्ठ-कनिष्ठ अशा भेदभावाला आमच्याकडे थाराच नाही. कारण मुळात आम्ही खूप कमी लोकं आहोत इथे. गंमत म्हणजे सगळ्यात जास्त 'प्रशिक्षित' मीच आहे.''

ताको पुढे झाला, ''काही महिन्यांपूर्वीच मी इथे कामाला लागलो. कारण इथल्या एकाला जपानला परत जायचं होतं. इन्टरव्ह्यूच्या वेळेस या प्रशिक्षणाची कल्पना मला दिली होती. पण मी काही त्यावर फार विश्वास ठेवला नव्हता. अनुभव घेऊन ठरवू असं ठरवलं होतं. नोकरी मिळाल्याचा आनंद नक्कीच खूप मोठा होता आणि त्याच्या जोडीला

होती प्रचंड उत्सुकता.

त्या दिवशी ईशी बाजारातून ट्युना घेऊन आली. त्याचा रंग काहीसा उतरलेला जाणवला. माझ्या नजरेला आधीदेखील मी रंग उतरलेला ट्युना पाहिला होता आणि अनुभवाने मला माहीत होतं की, तो शिळा असला की असा दिसतो. मग मी ईशीला तसं सांगितलं. तिला जरा रागच आला माझा. थोडंसं फटकारत तिनं म्हटलं की, 'तो ताजा नाहीये असं मला वाटलं ना, तर तो मी 'सर्व्ह' करणार नाही, कळलं?' मलाही त्या क्षणी काय वाटलं माहीत नाही; पण मीही तावात येऊन म्हटलं, 'इन्टरव्ह्यूच्या वेळेस तर तुम्ही संवादाचं देखणं चित्र माझ्यासमोर उभं केलं होतं आणि आता स्वत:च त्याच्यावर ओरखडे उमटवत आहात की!' हे बोललो खरं पण मनातून खातरी होती की आपल्याला आता डच्चू मिळणार!

पण नवल झालं. ईशी थबकली आणि संकोचलीसुद्धा. स्वत:च्या फटकारण्याबद्दल तिने माफी मागितली. तिचा स्वर चुकीचा होता हेही तिने कबूल केलं आणि माझा मुद्दा बरोबर होता हेदेखील. मग मी ईशीला ट्युनाच्या माझ्या आधीच्या अनुभवाबद्दल सांगितलं. मासे पॅक केले जातात तेव्हा जर बर्फामध्ये मिठाचा अंश उतरला तर काय होतं याबद्दलचं माझं निरीक्षण तिला सांगितलं.

बोलता-बोलता ताकोची नजर स्वत:च्याच पावलांवर स्थिर झाली. ''आपले अनुभव आणि वस्तुस्थिती यांची देवाण-घेवाण ही नेहमीच पथ्यावर पडते. इथल्या बाबतीत सांगायचं तर सुरुवातीला प्रशिक्षण हे काय, कसं करावं यासाठी सुरू केलं होतं मात्र मी तर चक्क कसं वागावं याचे डोस पाजायला सुरुवात केली. खरंतर मी माझी मर्यादा ओलांडली होती. पण आज विचार करता वाटतंय की आमच्यात सुसंवाद साधणं सोपं झालं. परिणामत: इथलं वातावरण अधिक निखरलं. सगळ्यात महत्त्वाचं म्हणजे 'ताकारा-टू'चा अनुभव तुमच्यापर्यंत पोहोचवणं शक्य झालं.''

ईशी हलकेच हसली. ''ताको खूप सौम्यपणे सांगतोय. त्याने मला म्हटलं ना की, 'हा मासा ताजा नसावा,' तेव्हा मला खूप राग आला होता. आयुष्यभर अशा प्रकारचे मासे विकत आणलेत मी आणि हा

काल आलेला मुलगा... अशी माझी मानसिकता त्या क्षणी झाली होती. मी काही शिळा मासा आणणार होते का? बरं समजा, आपण गृहीत धरू की माझं बरोबर होतं, तरी ते ताकोला सांगताना माझा स्वर नक्कीच चुकीचा होता. ताकोनी खरंतर माझी कानउघडणी केली होती, नाही का? त्यामुळे ट्युनाचा विषय तर बाजूलाच पडला. प्रशिक्षणाच्या मूळ हेतूला सुरुंग लागायची वेळ आली होती. प्रतिक्रिया देण्याआधी समोरच्याचं म्हणणं पूर्णपणे ऐकून घ्यायचं असं आम्ही ठरवलेलं असल्यामुळे मी ताकोचं म्हणणं ऐकून घेतलं आणि त्यातून बोधही घेतला. पण मला वाटतंय की तो मासा ताजाच होता.''

सगळ्यांना हसू फुटलं. मग बेथ म्हणाली, ''परवाचीच गोष्ट सांगते. मी क्षणभर विसरले होते माझी ध्येयदृष्टी, माझे अनुभव. एका नर्सच्या तिरकस वागण्याला बळी पडले होते. त्या तावात मी एका पेशंटजवळ तक्रार केली. इतकंच काय, त्या नर्सबद्दल शेराही दिला. नेमकी ऱ्होंडा तिथून जात होती. तिने मला जवळ बोलावून समजावून सांगितलं. चुकलंच माझं त्या दिवशी. बरं झालं ऱ्होंडाने सावरलं म्हणून. हेही प्रशिक्षणच, नाही का?''

''बेथ खरंच, प्रशिक्षणच होतं ते. पण मग त्यावर तुला काय वाटलं?''

''आधी तर मला रुचलंच नाही. किती ताण असतो तिथे आमच्यावर, क्वचित कधीतरी तोल ढळू शकतो ना?'' तरीही ऱ्होंडाने अतिशय संयमाने जाणीव करून दिली की, सहावा मजला आपण कोणत्या प्रकाराने विकसित करू पाहतोय ते. त्यामुळे माझं दुखवणं, नाराज होणं हे केवळ माझ्यापुढे मर्यादित न राहता पूर्ण सहाव्या मजल्याचं द्योतक बनू शकलं असतं ना! असं होऊन नाही चालणार कारण सहाव्या मजल्यावरचं प्रसन्न वातावरण हाही माझ्याच मनाचा आविष्कार आहे. आता लक्षात येतंय, की 'तो एक क्षण' सांभाळायचा असतो.'' बेथने हसून ऱ्होंडाकडे पाहिलं. तीदेखील तिच्याचकडे पाहत होती.

प्रशिक्षित करा आपले-आपण

'आपले आपण'ला सुदृढ ठेवण्याच्या दृष्टीने प्रशिक्षण ही आपण एक दुसऱ्याला देऊ केलेली भेटच आहे.

आपण आपलं काम कसं करतो, त्याचप्रमाणे आपण एकत्र काम कसं करतो या दोन्हीकरताही सिंहावलोकन गरजेचं असतं; तेही साऱ्या दिशांनी, साऱ्या अंगांनी!

प्रशिक्षणाला आपण अहंकाराचं लेबल लावणं चुकीचं आहे. त्याचा एकमेव उद्देश आहे ध्येयदृष्टीपर्यंत पोहोचणं, 'आपले आपण' जाणणं.

पुन्हा एकदा ईशी बोलू लागली, ''प्रशिक्षणामुळे एक गोष्ट नक्की होते. ती म्हणजे आपण आपली जबाबदारी समर्थपणे पेलायला तयार आहोत. प्रशिक्षण देणं ही थट्टेची गोष्ट नाही. त्यासाठी जिगर लागतं, मजबूत. आपलं काम, आपली कर्मभूमी केवळ छान घडवून थांबता नाही येत. ती सर्वोत्तम बनवण्याची आणि तशीच राखण्याची जिद्द जोपासावी लागते. प्रशिक्षणामुळे ध्येयप्राप्ती असलेली तुमची बांधीलकी अधिक दृढ होते. शिवाय आपण सारे एका समान सूत्रामध्ये गुंफले जातो. आपल्यातील चैतन्याचा स्फुल्लिंग तेवत ठेवण्याची ताकदही याच प्रशिक्षणात आहे. एकंदरीत या प्रवासादरम्यान सर्जनशीलतेला वाव मिळत जातो, तोसुद्धा याच्याच जोरावर.

आपल्याला एखाद्या गोष्टीची खातरी नसते किंवा एखादा प्रांत आपल्याकरता नवीन असतो, त्यावेळेस प्रशिक्षणाची नितांत गरज असतेच. तुम्ही अनुभवसंपन्न असाल तर याच प्रशिक्षणाची कास धरून तुम्ही नवागतांना तुमच्या समृद्ध विश्वाची झलक दाखवू शकता, शिवाय कधी-कधी असंही होतं की, नवागतांना खुणावणाऱ्या संधी मुरब्बींना जाणवतच नाहीत. अशा वेळेस याच नवागतांची नजर कामी येते. हादेखील प्रशिक्षणाचा फायदाच म्हणायचा, नाही का? शिवाय प्रशिक्षण देण्याबरोबरच घेण्याचीही मानसिकताही तर तुमच्या बांधीलकीचा प्रकट आविष्कार आहे. नाहीतर बांधीलकी ही तशी समजून घ्यायला कठीण कल्पना आहे. तिला मूर्त स्वरूप द्यायचं तर 'आपले आपण' शोधा, जगा आणि प्रशिक्षित करा.''

''कोणीतरी दार वाजवतंय.'' चॅडनी साऱ्यांचं लक्ष वेधलं. दार उघडलं तर दारात उभा होता विल बुलक. त्याचा चेहरा भयानक उतरला होता. काहीतरी अघटित घडलं होतं नक्कीच!

विलचा अवतार पाहून ऱ्होंडा त्याच्याकडे धावली. ''विल, अरे काय झालं? असा का दिसतोयस? काय, झालं तरी काय? तू फोन करायचास ना!''

''ऱ्होंडा, अगं फोनवर सांगणं शक्यच नव्हतं.'' त्याचा स्वर गदगदला होता. कोणत्याही क्षणी त्याला रडू फुटेल असं वाटत होतं.

ऱ्होंडाने त्याला जवळ घेतलं आणि पुन्हा एकदा हळुवारपणे विचारलं, ''विल, सांग ना राजा, काय झालं?''

रडून रडून लाल झालेल्या अश्रुभरल्या डोळ्यांनी विलने तिच्याकडे बघितलं, "आपली ॲन...गेली!"

"काय?"

हुंदके देत-देत कसंतरी विलने सांगितलं. त्यावरून सगळ्यांना कळलं की दारू पिऊन गाडी चालवणाऱ्या एका ड्रायव्हरकडून झालेल्या जबरदस्त अपघातामध्ये त्यांची लाडकी ॲन... काही क्षण ते दोघेही एकमेकांच्या कुशीत शिरून हमसाहमशी रडत राहिले. सगळेच जण सुन्न झाले होते. काय बोलावं हेदेखील कुणाला सुचलं नाही. विलच्या बरोबर एक-दोन मित्र होते. ते पुढे आले आणि त्या दोघांनाही घेऊन गेले. जवळच त्यांची गाडी पार्क केलेली होती. काही क्षणातच गाडी गेल्याचा आवाज आला.

हॉस्पिटलमध्ये काम करणाऱ्यांना मृत्यूचा सामना नेहमीच करावा लागतो. पण तरीही घरात, शेजारी, जिवलगाचा मृत्यू झाला की चटका बसतोच. ऱ्होंडाबद्दल सगळ्यांनाच प्रेम आणि आपुलकी होती. त्यानुळे तिच्या लेकीचा असा अपघाती मृत्यू सगळ्यांना अक्षरश: हादरवून गेला. कोणत्याही पालकावर मुलाच्या मरणासारखा आघात नाही दुसरा. अजूनही ते सगळे हतबुद्ध होऊन उभे होते. अनेकांच्या डोळ्यांनी अश्रूंना वाट करून दिली होती. सगळ्यात आधी पिंग भानावर आली. "मी हॉस्पिटलमध्ये फोन करून सांगते." तिच्या या वाक्याने सगळ्यांनाच वास्तवाची कल्पना आली. त्यांनी निघायची तयारी केली. ईशी आणि तिचा नवरा रेस्टॉरंटमध्येच थांबले. ईशी इतकी सुन्न झाली होती की तिने दोन्ही हातांनी आपलं डोकं गच्च धरून ठेवलं होतं. तिच्या खांद्यावर हात ठेवून तिला दिलासा द्यायचा हीरोचा प्रयत्न होता.

'कुठल्याही पालकाला पडू नये असे भयाण स्वप्न'

सामान्यत: निसर्गचक्राचा विचार करता आई-वडिलांचा मृत्यू आधी होणं स्वाभाविक आहे, नाही का? मुलांनी आई-वडिलांच्या आधीच जाणं ही कल्पनाही किती जीवघेणी आहे. पालकांची ही कथा, तर भावंडांचं काय? जन्ममृत्यूशी फारसा परिचय नसताना मोठी बहीण गमावण्याचं दु:ख माइक आणि मिआच्या नशिबी यावं, यासारखं दुर्दैवं

ते काय? ॲन त्यांची किती लाडकी होती!

हॉस्पिटलमध्ये ही बातमी वाऱ्याच्या वेगाने पसरली. सगळ्यांनाच धक्का बसला. मात्र मिस स्कालपेलची प्रतिक्रिया काहीशी अनपेक्षितच होती.

पिंगचा फोन हॉस्पिटलमध्ये गेला त्याला साधारण दोन तास झाले असतील. विल आणि ऱ्होंडाच्या घराबाहेर एक टॅक्सी उभी राहिली. त्यातून दस्तुरखुद्द मिस स्कालपेल बाहेर पडल्या. त्यांनी दार वाजवलं. छोटीशी, नीटस दाढी राखलेल्या एका चाळिशीच्या तरुणाने दार उघडलं.

"बुलक, यांचंच घर आहे ना हे?"

"हो, पण आपण जरा चुकीच्या वेळी आला आहात."

"तू विल आहेस का?"

"छे! मी त्याचा भाऊ आहे. आपण...?"

"मी ऱ्होंडाबरोबर हॉस्पिटलमध्ये काम करते. मला तिच्याशी बोलता येईल का?"

"हो, हो. का नाही? माफ करा हं. आम्हाला सगळ्यांना इतका जबरदस्त धक्का बसला आहे ना की काही सुचेनासं झालंय. साधं तुम्हाला 'आत या' असं म्हणायला विसरलो."

"कोण आलं आहे सांगू?"

"मी मेबल स्कालपेल."

"या ना, प्लीज बसा ना."

मेबलनी बसल्या बसल्या आजूबाजूला एक नजर टाकली. आपण एखाद्या फोटो गॅलरीमध्ये आहोत की काय, असं तिला क्षणभर वाटलं. या सगळ्या फोटोतली ॲन कोण असेल याचा अंदाज बांधायला तिला जराही वेळ लागला नाही. एका फोटोत ॲन एका प्रसिद्ध नटाबरोबर उभी होती. तिच्या व्यक्तिमत्त्वाचा प्रभाव फोटोतूनही जाणवत होता.

"मिस स्कालपेल, आपण आत्ता... इथे?"

"ऱ्होंडा, ऐक माझं, मी फक्त मदत करायला आले आहे. मी याआधीसुद्धा अशी मदत केली आहे. *माझ्यावरदेखील असाच प्रसंग ओढावला होता, तेव्हा इतरांनी मला सांभाळून घेतलं होतं.* त्यामुळे मला कल्पना आहे की..."

"पण तुम्हाला खरंच काही ताण घ्यायची...!"

"हे बघ, आपण नर्सेस नेहमीच एकमेकींच्या पाठीशी खंबीरपणे उभ्या राहत आलो आहोत. तुझ्यावर दु:खाचा डोंगर कोसळला आहे, तरी ज्या गोष्टी निभवाव्या लागतात, त्यांना टाळणार कसं? तू त्या बघ. मी फोन सांभाळते. येणाऱ्या-जाणाऱ्यांकडे लक्ष देते. ऱ्होंडा, मला किती वाईट वाटतं आहे ते मी सांगू शकत नाही. कोणत्याही शब्दांनी तुझं दु:ख कमी होणार नाहीये याची मला जाणीव आहे, राणी! मी तुला एवढंच सांगते की, मी खंबीरपणे सगळं सांभाळेन. त्याबाबतीत तू निर्धास्त राहा. मी स्वत: या अशा प्रसंगातून गेलेली आहे. त्यामुळे तुझ्या वेदनांची पुरेशी जाणीव मला आहे, एवढंच तुला सांगते. तू माझ्यावर अवलंबून राहू शकतेस."

कसेबसे तिचे आभार मानून ऱ्होंडा आतल्या खोलीत परतली. विल अजूनही धक्क्यातून बाहेर आलेला नव्हता. अधून-मधून हुंदके ऐकू येतच होते.

'हे सारं जणू कालच माझ्याही आयुष्यात घडून गेलं होतं, नाही का?' मेबलनी स्वत:लाच विचारलं, *'मनावरचं सावट उठता उठत नाही कितीही काळ लोटला तरीही.'*

त्यानंतर मिस स्कालपेल कामाला भिडली. जेमतेम अर्ध्या तासाच्या अवधीत तिने नर्सेसच्या टिम्स तयार केल्या. येणाऱ्यांची दखल घेणे, फोनला उत्तर देणे, स्वयंपाक करणे, एअरपोर्टवर जाणे, इतर कामं, घर आवरणे, एक ना दोन... शंभर कामांची शिस्तीत आखणी केली गेली. गॉस्पेल कॉयरचे सदस्यसुद्धा जेवण बनवून घेऊन आले. त्यांनाही चटकन सामावून घेण्यात आलं. ॲनचे अंतिम संस्कार पार पडल्यानंतरही एक दिवस साऱ्यांचे हात कामाला भिडलेले होते. त्यानंतर ऱ्होंडा आणि विल लॉस एंजेलिसला रवाना झाले. ॲनच्या मित्रमंडळींनी तिच्या स्मृतिप्रीत्यर्थ तिथे 'सर्व्हिस' आयोजित केली होती. बुलकच्या त्या घरातून सर्वांत शेवटी बाहेर पडला तो नर्सेसचा ताफा आणि मिस स्कालपेल, तेही घर आरशासारखं लख्ख करूनच!

हॉस्पिटलमध्ये परत

हॉस्पिटलचं काम म्हणजे चोवीस तास मनावर ताण आणि मानेवर काटा असतो. एरवी नकोसं वाटणारं हे कामच सगळ्यांच्या मदतीला धावून आलं. घड्याळाच्या काट्याप्रमाणे चालणाऱ्या तिथल्या जीवनामुळे आपल्या प्रिय मैत्रिणीच्या आयुष्यातील कटू घटना स्वीकारणं शक्य झालं साऱ्यांना. आज जे ऱ्होंडाच्या बाबतीत झालं, ते आपल्याही बाबतीत होऊ शकलं असतं अशी चुटपुट साऱ्यांनाच लागली होती. त्यातच बुलेटीन बोर्डवर एका छोट्याशा, सहा वर्षांच्या मुलीच्या भावना शब्दबद्ध झाल्या होत्या. तिच्या डोक्याला मोठी जखम झाली होती. सीटबेल्ट बांधला नव्हता. एक छोटीशी चूक पण केवढी ही शिक्षा. जीवनमरणाच्या सीमारेषेवर उभ्या असलेल्या त्या इवल्या जिवाला जाणवलं की, काहीतरी बिनसलंय म्हणून. मग तिने जाणून घेतलं ते कारण आणि एक छोटंसं पत्र लिहून घेतलं–

> प्रिय सिस्टर ऱ्होंडा,
>
> मी त्या ६११ रूममधील छोटीशी मुलगी आहे. तुला मी आठवते का गं?
>
> तुझी मुलगी गेली ना? मला खूप वाईट वाटतंय. तुला पण खूप वाईट वाटत असेल ना? तू जेव्हा परत येशील ना तेव्हा मी तुला घट्ट मिठी मारीन हं! मला तू खूप आवडतेस.
>
> – टीना
>
> ता.क. : पण तू परत येईपर्यंत मी घरी गेलेले असले तर तुला मिठी कशी मारणार गं?

पिंग आणि बेथची कॉरिडॉरमध्ये गाठ पडली. "बेथ, अगं या आपल्या सहाऱ्यावर अगदी पावला-पावलावर चांगुलपणा आणि माणुसकीचं दर्शन होतंय गं..." बोलता-बोलता तिचा गळा इतका दाटून आला की बोलणं पूर्ण करणंही शक्य झालं नाही तिला.

"पिंग, मलाही अगदी तुझ्यासारखंच वाटतंय. अशी एखादी अघटित घटना घडली की मग आपणही विचार करू लागतो. आपण कोण आहोत? आयुष्य म्हणजे नेमकं काय? आपलं जीवन नक्की काय आहे? आपण असे यांत्रिक कसे बनत जातो गं? आणि परीक्षेची वेळ आली की, जणू आपल्या भावनांभोवती उभी केलेली कुंपणं अगदी धडाधड कोसळतात. आपल्यात सह-अनुभूती जाणवून घेण्याची ताकद शिल्लक आहे तर अजूनही याच कारणासाठी आपल्याला या सहाव्या मजल्यावरचं आपलं तत्त्वज्ञान सातत्याने जागतं ठेवायचं आहे, हो ना? आपण नर्सेस व्हायचं ठरवलं आहे तेही या मानवता धर्माला स्मरूनच. व्होंडा परत आली की काय? हा विचार माझ्या मनात हल्ली रुंजी घालतो. अशा दु:खातून बाहेर पडायला दिवस, आठवडे, महिने... किती काळ लागेल, सांगताच येत नाही, नाही का? 'ताकारा-टू'मध्ये आपण त्या दिवशी जिथे थांबलो तिथून पुन्हा एकदा सुरुवात करायला हवी का? आपल्याला कुणालाही जुन्या, मळलेल्या पायवाटा नको आहेत. आपलं जीवन इतकं मौल्यवान आहे. ते राजस पद्धतीनेच जगलं गेलं पाहिजे ना? ॲनला श्रद्धांजली देण्याचा सर्वोत्तम मार्ग म्हणजे व्होंडाने सुरुवात केलेल्या मार्गावर चालत राहणं. सर्वसमावेशक, आपुलकीचं, विश्वासाचं नातं निर्माण करणं, ते टिकवून धरणं गरजेचं आहे गं."

"तसं पाहिलं तर झोपेची वेळ सोडता आपण घरी कमी वेळ असतो. इथेच आपला जास्तीचा वेळ जातो. आपण घरच्यांबरोबर आणि मित्रमैत्रिणींबरोबर घालवतो त्याहून अधिक वेळ सहकाऱ्यांसमवेत असतो. निसर्गाच्या सान्निध्यापेक्षा या सहाव्या मजल्यावर जास्त वेळ व्यतीत करावा लागतो. ईश्वरचरणी लीन होत नाही इतकी तन्मयता इथे साधतो. जागृतीचा बहुतांशी काळ आपण या जागेशी बांधलेले असतो. एका प्रकारे आपल्या बांधीलकीची परीक्षा बघितली जाते आहे असं मला वाटतंय म्हणजे आपण आपल्या या व्यवसायाकडे केवळ धम्माल करणं या दृष्टीने पाहत नाही आहोत, हे यातूनच सिद्ध होईल असं वाटतंय.

"गुड आफ्टरनून!"

"मिस स्कालपेल!"

"पुन्हा हे छोटे मासे का बरं दिसत आहेत मला सगळीकडे?"

"त्याचं काय आहे ना..."

“मी जेव्हा पहिल्यांदा इथे आले तेव्हा कदाचित मी जरा जास्तच अधीरतेने निर्णय लादले होते तुमच्यावर असं मला वाटतंय. हिदर जे रिसर्चचं काम करतेय त्याचे प्राथमिक रिपोर्ट्स तिने आम्हाला दिलेत. ते पाहताना फिलला आणि मला काही गोष्टी प्रकर्षाने जाणवल्या आहेत आणि त्या बहुतांशी प्रशंसनीय आहेत. तुम्हाला अभिमान वाटला पाहिजे. मी कॉर्पोरेट ऑफिसमध्ये असताना तुमच्या या सहाव्या मजल्याची कीर्ती माझ्या कानावर आली होती. पण ती किती योग्य होती याची जाणीव मला नव्हती आणि पडद्यामागच्या सूत्रधाराची ओळख पटली नव्हती. एकंदरीतच मला जाणवलंय की सहाव्या मजल्यावर पेशंट आणि स्टाफ यांचं नातं अतिशय दृढ झालंय. त्यांच्यामध्ये संतोषाची भावना आहे ना ती परस्परावलंबी आहे, असं माझं मत झालं आहे.”

“पण तरीही... माझा मूळ मुद्दा कायम आहेच. तुम्ही आजवर जे कमावलं आहे, अर्थात त्याला मी श्रेय नाही म्हणणार– ते टिकून राहण्याच्या दृष्टीने तुम्ही कोणती पावलं उचलली आहेत? की ही सर्व वरवरची झकपक दिसते आहे? मूळ मुद्द्याला तुम्ही बगल तर देत नाही आहात ना?”

“म्हणजे किनई...”

“ऱ्होंडा परत आली की कामाला लागेल. तिचं काम ती उत्तम प्रकारे पार पाडेल यात शंकेला जागाच नाही. पण तुम्ही आधारासाठी सातत्याने तिच्यावर अवलंबून राहणं कितपत योग्य आहे, सांगा.”

“आम्ही नेमकं त्याच संदर्भात बोलत...”

“मलाही अशा चर्चा आवडतात. नर्सेस विभागात परत आल्यामुळे मला छान वाटतंय. नर्सेस किती प्रकारे ‘देऊ’ करतात ना? पण आता गप्पा पुरेत, कसं?” एवढं बोलून मिस स्कालपेल जायला वळल्या.

“मिस स्कालपेल...”

“काय पिंग?” तिने न वळताच विचारलं.

“तुम्ही जे काही केलंत त्याला तोड नाही. तुमचे किती आणि कसे आभार मानावेत हेच आम्हाला कळत नाही. ऱ्होंडाला आणि तिच्या कुटुंबीयांना कशी मदत करावी याचा आम्ही विचार करत होतो, तोवर तुम्ही सगळंच किती छान आखून दिलं. कुठे गोंधळ नाही, काही नाही. सारं काही नीटनेटकं, जागच्या जागी... परत सारं कसं आतून,

मनापासून...''

आज पहिल्यांदाच मिस स्कालपेलना शब्द सुचले नाहीत. मग त्यांच्या डोळ्यात चमक आली आणि त्या बोलल्या, ''मुलींनो, नर्सेस नेहमी एकमेकांना सांभाळून घेतात. आपलं माणूस गमावण्याचं दु:ख काय असतं हे मला माहितीये कारण मी स्वत: त्या आगीत होरपळले आहे. अनेक वर्षांपूर्वी माझा नवरा असाच तडकाफडकी वारला होता. ऱ्होंडा जेव्हा परतेल तेव्हा तिच्यातली नर्स तितकीच कार्यतत्पर असेल यात काही वादच नाही; परंतु तिच्यातला तो मौजमस्तीचा अंश, वातावरणावर मोहिनी पाडायची हातोटी नाश पावली असेल. अनेकदा आयुष्याच्या काही टप्प्यांवर उदासी झाकोळते आणि तेच योग्य असतं. इथून पुढे ऱ्होंडाचं विश्व वेगळंच असेल. अनेक वर्षं त्या दु:खाला कुरवाळत बसण्यात जातील; परंतु आपण मात्र त्य वेळेस वेगळ्या चौकटीकडे वळलेले असू. अर्थात, या दोन्हीमध्ये गैर असं काहीच नाहीये म्हणा.

''आता तिचं त्या दु:खाच्या सावटाखाली असणं तिच्यापुरतं मर्यादित असेल. शेवटी तीही माणूसच आहे ना! तुमच्या या धम्माल वातावरणाबद्दल तिला काहीच आस्था उरणार नाही, असंही नाही. या वातावरण निर्मितीकरता तुम्ही सगळे किती झटले आहात हे मला माहिती आहे. आयुष्यात फक्त चढच येत राहतात असं नाही. खाचखळगे हे असायचेच. तेव्हा तुमच्यापुढे एक संधी उभी आहे. तुम्ही इथे जे वेगळं वातावरण उभं केलंय त्यामागे केवळ धमाल करणे हा तुमचा हेतू नसून पेशंट्सची सेवा करताना त्यांना उत्कृष्ट अनुभव देणे, तसेच परस्परांच्या अडीअडचणींच्या काळात एकमेकांच्या पाठीशी भक्कम उभे राहणे हे तुम्ही दाखवू शकता. माणुसकीचे अनेक पैलू आणि व्यक्तिमत्त्वाचे बहुआयामी कंगोरे उलगडू शकता.'' इतकं बोलून त्या पटकन वळल्या आणि निघून गेल्या. जाता-जाता त्यांनी आपल्या कडक स्टार्चच्या युनिफॉर्मच्या खिशातून तितकाच कडक रूमाल काढून डोळ्याला लावलेला पिंगच्या आणि बेथच्या नजरेतून सुटला नाही. बेथ पिंगला म्हणाली, ''ती मागच्या पिढीची प्रतिनिधी असली तर त्या कडक स्टार्चच्या आतलं हृदय मात्र कनवाळू नर्सचंच आहे.''

आठवण

लॉस एंजेलिसमध्ये ऱ्होंडा आणि विल पोहोचले तेव्हा त्यांचे डोळे पुन्हा लाल झाले होते. विमनस्क अंत:करणाने ते वावरत होते. तिथे ॲनची रूममेट जिल, तिचा बॉयफ्रेंड रॉब आणि इतर मित्रांपैकी ग्रेग आणि मेलीसा यांनी बिचवर मेमोरिअल सर्व्हिस ठेवली होती. ॲन आणि जिलचं घर तिथून अगदी हाकेच्या अंतरावर होतं. त्या बिचवर किमान डझनभर व्हॉलीबॉल कोर्ट्स होते.

ऱ्होंडा आणि विलने गाडी थांबवली. बिचकडे एक नजर टाकली तर त्यांना तिथे साधारण ८०-९० लोकांचा जमाव दिसून आला. दोन शेकोट्या पेटवलेल्या दिसत होत्या.

"विल, माझ्यात हिंमत नाही रे हे सारं करायची."

गाडीत बसल्या बसल्याच विलने तिच्याकडे प्रेमाने पाहिलं. "राणी, तुला काही करायची गरज पण नाहीये. मी तुला परत हॉटेलमध्ये घेऊन जाऊ का? ॲनचे मित्र-मैत्रिणी तुला समजावून घेतील बघ."

"तुझ्यात एवढी हिंमत कुठून आली रे?"

"तू उगाचच माझं कौतुक करते आहेस. मी तर केवळ आलेला क्षण पुढे ढकलतोय, एवढंच. पण आता इथे जमलेले सारे आपल्या ॲनचे स्नेही आहेत. ती लॉस एंजेलिसला आली. फिल्म बिझिनेसमध्ये शिरली. गेली कित्येक वर्षं ती इथेच आहे. तिच्या या मधल्या काळाबद्दल मला काहीच माहिती नाहीये. ते जाणून घेण्याची संधी मला मिळाली आहे. ॲनाचे स्नेही आणि सहकार्यांकडून मला त्याबद्दल ऐकायचंय."

ऱ्होंडाने हिंमत एकवटली आणि ती गाडीतून खाली उतरली. "हो, चल, धीर धरून आपण पुढे होऊ. आपल्या ॲनच्या आठवणी गोंजारू. तिच्या आयुष्यातील काही क्षण तिच्या मित्र-मैत्रिणींबरोबर जगू. ती तिला खरी श्रद्धांजली असेल." एवढं बोलून तिने विलच्या हातात हात दिला आणि त्या जमावाच्या दिशेने ते जोडीने निघाले.

'गुड समारिटनमध्ये काहीतरी घडू पाहतंय'

"बेथ, आपण कामाची वाटणी करूयात. आपल्या या सहाव्या

मजल्याच्या प्राथमिक कामाकरता आधी आपण तीन गट करूयात. मी रिनलविंगबरोबर काम करते. तुमची हरकत नसेल तर 'शोधा, आपले आपण'पासून मी सुरुवात करते.''

''अगदी चालेल पिंग. आमची विंग 'जगा आपले-आपण'चा धांडोळा घेईल आणि चॅड 'प्रशिक्षित करा आपले-आपण'ची आखणी करेल.''

''आपण काय करणार आहोत याबद्दल माझ्या मनात संदेह नाही. पण आपण कसं करणार आहोत? इथल्या वातावरणात उल्हास, ऊर्जा आणि ऊर्मी; यांचा संगम साधायचा आहे खरा. मात्र सुरुवात कशी करावी ते काही लक्षात येत नाहीये अजूनही.''

''बेथ, मला असं वाटतंय की बांधीलकी म्हणजे नक्की काय हे आपण आधी समजावून घ्यायला हवं आहे. त्यानंतर अजून एकेक गोष्ट आपण करायला हवी आहे. ती म्हणजे आपण जे काही शिकलो आहोत ना ते इतरांपर्यंत पोहोचवायचं. मात्र शिस्तीचा बडगा न उगारता त्यात एक सहजता असायला हवी. साऱ्यांचा सहभाग हवा. इतरांनी त्यांचे अनुभव आणि विचार मांडायला उत्स्फूर्ततेने पुढे यावं. त्यातूनच आपण आपल्या या ध्येयदृष्टीस पूरक ठरणारे वैशिष्ट्यं निवडावेत. हे करत असतानाच आपल्या हाती सहजगत्या सौख्याचे क्षण येतील अशी मला खातरी आहे.''

''अगं पिंग, 'ताकारा-टू'मध्ये मी काही नोट्स तयार केल्या होत्या. त्याच्या प्रती मी काढून आणल्या आहेत. चॅडला मी एक प्रत देईन तेव्हा आत्ताच्या आपल्या चर्चेचा घोषवारा सांगेन. पण माझ्या मनात असं येतंय की आपण करत आहोत ते योग्य आहे का? कसं आहे ना, ही सारी ऱ्होंडाची कल्पकता आहे. आपण असं तिच्या अपरोक्ष, तिला काय वाटेल?''

''मला तर वाटतंय की ऱ्होंडा एका प्रकाराने निश्चिंत होईल. मॅडेलीनच्या देखरेखीखाली सुरू झालेल्या या गोंडस ओझ्याची जबाबदारी तिने समर्थपणे पेलली आहेच. माझ्या मते तिच्या खांद्यावरचं ओझं आपणहून पेलण्याची वेळ आता आली आहे.''

ताकारामध्ये मिळणाऱ्या अनुभवाला सातत्याने तेवतं ठेवण्यासाठी 'ताकारा-टू' तीन तत्त्वांचा अवलंब करते.

शोधा आपले आपण : *अनेक घटकांचा विचार करून ध्येयदृष्टी ठरवली जाते. मात्र ती संजीवन होण्याकरता सजग नजरांची गरज असते. ध्येयदृष्टी स्वतःमध्ये बिंबवावी लागते, भिनवावी लागते. हे कसं शक्य होईल? त्यासाठी त्या ध्येयदृष्टीच्या संदर्भात स्वतःच्या 'आपले-आपण'चा शोध घ्यावा लागेल, तोही समजून उमजून. हे सहकाऱ्यांशी सुसंवाद साधता साधता. स्वाभाविकताच 'आपले-आपण'चा उलगडा होत जातो. 'ताकारा-टू'चे सर्व सहकारी एकमेकांशी संवाद साधतात. साऱ्यांना मिळून कोणत्या प्रकारचं विश्व आकाराला आणायचं आहे याची चर्चा करतात. या निर्मितीत प्रत्येकाची भूमिका काय असेल, ते अधोरेखित करत राहतात.*

जगा 'आपले आपण' : *आपली ध्येयदृष्टी अधिक दृढ करण्यासाठी नित्यनव्या संधी आपल्यासमोर येऊन उभ्या ठाकतात. या संधींना ईशी 'सौख्याचे क्षण' म्हणते. एकदा का 'आपले-आपण'चा शोध लागला की मग सौख्याच्या या सर्व क्षणांसकट प्रत्येकाने सर्वार्थाने 'आपले-आपण' जगायला हवं आणि स्वाभाविकतः सामोऱ्या येणाऱ्या सौख्याच्या क्षणांना स्वीकारायला हवे.*

प्रशिक्षित करा 'आपले आपण' : *आपण एकदा एक ध्येयदृष्टी विकसित केली की तिथेच थांबून चालत नाही. ती सतत तेवत ठेवावी लागते. एकट्या-दुकट्याने हे साध्य करणे सोपे नसते. आपण केलेल्या कृतीचे पडसाद समजून घेण्यासाठीसुद्धा इतरांचा दृष्टिकोन जाणून घ्यावा लागतो. म्हणूनच सिंहावलोकनाचे महत्त्व आहे. निर्विकल्प सिंहावलोकन हीदेखील प्रत्येकाची जबाबदारी असली पाहिजे. यामुळे आपल्या ध्येयदृष्टीच्या अहितकारक असणाऱ्या बाबी आपण तिथल्या तिथे छाटून टाकू शकतो. हे एक प्रकारचे प्रशिक्षणच आहे. उपयुक्त परिस्थितीमध्ये तग धरण्याच्या दृष्टीने ते अत्यावश्यक आहे.*

स्व-आठवण : *या सर्व कल्पनांचे महत्त्व समजावून घेणं, त्यांची बलस्थानं जाणून घेणं हे वैयक्तिक स्तरावर व्हायला हवं, आंतरिक ऊर्मीतून प्रकटायला हवं. इतर कुणी आपल्यावर लादून ते साध्य होणार नाही. नैसर्गिक ऊर्जेचा उगम ऊर्मीतून होतो, लादण्यातून नाही.*

फिरून एकदा 'ताकारा-टू'

पिंग-बेथच्या त्या नियोजनाला साधारण महिना उलटून गेला होता. ऱ्होंडा कामावर रुजू झाली होती; पण तिच्यातली आई अजूनही दु:खातून बाहेर येऊ शकली नव्हती. अनेकदा ती शून्यात पाहत बसायची. पेशंट्सबरोबर असताना तिचा जीव रमायचा, हे लक्षात आल्यापासून इतर नर्सेस तिला आवर्जून बोलवू लागल्या, मदतीला ती अधिक सहिष्णू आणि संवेदनशील झाल्यामुळे पेशंट्सच्या बाबतीत तिची कार्यतत्परता वाखाणण्याजोगी झाली होती.

मुलांच्या न्यूरॉलॉजी विंगमध्ये रूम ६११मध्ये असलेल्या टीनाच्या सुधारणेबाबत ऱ्होंडा विशेष उत्सुक होती. टीनाची तब्येत अतिशय संथ गतीने सुधारत होती. ऱ्होंडाच्या बुलेटीन बोर्डवर ॲनचा फोटो आणि त्या बाजूला टीनाचे पत्र लावलेलं होतं.

"पिंग आणि बेथने मिस स्कालपेल आणि ऱ्होंडाला त्यांच्या नियोजनाची कल्पना देऊन ठेवली होती, जी त्यांना आवडली होती. फिलसुद्धा या सगळ्यामुळे प्रभावित झाला होता. त्याने स्वत: येऊन पिंग आणि बेथची पाठ थोपटली होती. शिवाय लागेल ती मदत करायची तयारी दर्शवली होती.

मिस स्कालपेल या साऱ्यात मनापासून भाग घेत होती. तिच्या अनुभवाच्या शिदोरीतून भरभरून शब्द येत होते. पिंग, बेथ आणि चॅडला आता या एकतर्फी संवादांची सवय तर झाली होतीच. शिवाय, त्यातलं तथ्य त्यांच्या ध्यानी येऊ लागल्यामुळे त्यांना मजाही वाटू लागली होती. अशाच एका संवादाच्या वेळेस मिस स्कालपेलने बाहेर जेवायला जाण्याबद्दल सुचवलं. खरंतर त्यांनी ऱ्होंडा, पिंग, बेथ आणि

चॅड यांना रितसर आमंत्रणच दिलं जेवायचं. दुसऱ्या दिवशी सकाळी अकरा वाजता त्यांच्या ऑफिसबाहेर भेटायचं ठरलं.

त्याप्रमाणे बेथ, पिंग आणि चॅड हजर झाले. "जेवणाच्या दृष्टीने ११ ही फार लवकरची वेळ वाटते आहे ना!" त्यांचं वाक्य संपत नाही तोच मिस स्कालपेल त्यांच्या केबिनचं दार उघडून झपाट्याने बाहेर आल्या आणि तितक्याच शीघ्रतेने मुख्य द्वाराकडे निघाल्या. त्यांच्या मागोमाग पार्किंग लॉटपर्यंत पोहोचेपर्यंत आपल्या त्रयीची तारांबळ उडाली अगदी!

"ऱ्होंडासाठी थांबायचं आहे ना?"

"ती इथेच थांबते, तुमच्या अनुपस्थितीत तुमचं काम सांभाळायला."

"जरा विचित्रच वाटातंय ना हे?" चॅड म्हणाला.

"त्यात काय एवढं? उलट योग्यच आहे ते." आपल्या नेहमीच्या लकबीने मिस स्कालपेलने फटकारले, "तुम्ही तिघे टीमलीडर्स आहात ना?" 'आहात'वर जोर देत त्या म्हणाल्या, "हो पण..."

"चला, बसा पटकन गाडीत."

"आपण कुठे चाललो आहोत?"

"शहराच्या मध्यभागात!"

"जॉर्ज वॉशिंग्टन ब्रिज ओलांडून गाडी शहराच्या मध्यवर्ती भागाकडे निघाली तसे सारेच बोलायचे थांबले. दोन्ही बाजूंना दिसणाऱ्या ट्रॅफिक किंवा बिल्डिंगबद्दल एखाद-दोन वाक्यं तेवढी बोलली जात होती. तसंही न्यू यॉर्कमध्ये केवळ गर्दी न्याहाळणं हा एक अप्रतिम अनुभव असतो. बऱ्याच वेळानंतर पिंगने हिंमत करून विचारलं, "मिस स्कालपेल, आज जेवणाचं काही खास प्रयोजन?..."

"माझ्या रिटायरमेंटला फारसा अवधी उरलेला नाहीये. मला नेहमी वाटतं की आपल्याला संपन्न वारसा ठेवून जाता आलं पाहिजे. गेली अनेक वर्षं मी वेगवेगळ्या रिसर्चच्याद्वारे एक आगळी-वेगळी पद्धत विकसित केली आहे. त्याचा मला सार्थ अभिमानसुद्धा आहे. आता नोकरीचे शेवटचे दोन वर्षं उरली आहेत. असा विचार केला होता की येणाऱ्या नवीन पिढ्यांना अनुभवाचे जुने बोल शिकवावेत. गुड समारिटनमध्ये येऊन पोहोचले तर इथे काही वेगळंच चित्र समोर आलं. माझ्यासाठी ते धक्कादायक होतं. इथे आपल्याला खूप काही करून दाखवता येण्यासारखं आहे."

“तुम्हाला जे सुचलंय आणि तुम्ही अमलात आणलं आहे. त्याला हिदरच्या रिपोर्ट्समुळे पुष्टी मिळाली आहे. पण तरीही मी असं म्हणेन की जे माझ्या पहिल्या भेटीत मला जाणवलं की, तुम्ही बाह्यप्रेरकांवर आवश्यकतेहून अधिक विसंबून राहिला आहात. शिवाय, नवीन येणाऱ्यांना सामावून घेण्याची ‘शून्य मानसिकता’ तुमच्यामध्ये होती. मी स्वत: तुमच्याकडून खूप काही शिकले आहे. तुम्हालाही माझ्याकडून शिकण्याजोगं काही मिळालं अशी मी आशा करते. पण तरीही अजून थोडंसं जाणून-समजावून घेण्याची गरज आहे. आपल्या सुशी शेफची त्याबाबतीत काही मदत होते आहे का ते पाहू.” असं म्हणत मिस स्कालपेलने ‘ताकारा-टू’च्या समोर झोकात गाडी पार्क केली.

रेस्टॉरंटच्या दारातच ईशी आणि मार्गो थांबलेल्या होत्या. त्या दोघींनी रेस्टॉरंटच्या समोरचे प्लॅस्टिक पडदे अदबीने बाजूला केले अणि साऱ्यांचं हसतमुखाने स्वागत केलं.

सुशी खायच्या नुसत्या कल्पनेनेसुद्धा बेथच्या तोंडाला पाणी सुटलं होतं, “वा! वा! सुशी खायला मिळणार!”

“अरेच्चा! असं झालं का? मी तर बाजूच्या स्टॉलवरून कॉर्नबीफ सँडविचेस ऑर्डर केलेत.” ईशी म्हणाली. मग तिने मिश्कीलपणे पुष्टी जोडली, “गंमत केली बरं का! जोडीला सुशीसुद्धा आहेच. तेही मनसोक्त!”

सगळ्यांनी टेबलजवळच्या खुर्च्यांवर बैठक घातली. सँडविचचा ट्रे सगळीकडे फिरला. सुशीचा डौल वेगळाच होता.

मार्गोने सूत्रं हातात घेतली. “न्यू यॉर्क शहराच्या लिडरशीप प्रोग्रॅमचा मी एक भाग होते याची तुमच्यापैकी काहींना कल्पना आहेच. पण खरी गंमत तर पुढे आहे. या ऑर्गनायझेशनची संस्थापक आणि नाजी प्रेसिडेंट कोण आहे, माहितीये का?” सर्वांच्या चेहऱ्यावर भलं थोरलं प्रश्नचिन्ह उमटलं.

“मेबल!”

मार्गोच्या या वक्तव्यावर सगळ्यांनी चकित होऊन मिस स्कालपेलकडे पाहिलं. आदर आणि आश्चर्याच्या संमिश्र भावना त्यांच्या चेहऱ्यावर स्पष्ट दिसत होत्या.

“आणि म्हणूनच आम्ही सतत एकमेकींच्या संपर्कात असतो, यात

नवल ते काय? गुड समारिटनबद्दल आम्हाला आपुलकी आहे. शिवाय इथे ऱ्होंडाची गुड समारिटनशी असलेली बांधीलकी तितकीच महत्त्वाची आहे. ती आणि मी पहिलीपासून ते कॉलेजपर्यंत एका बेंचवरच्या मैत्रिणी. मला असं सांगायचं आहे की तुम्ही गुड समारिटनमध्ये जो काही चांगला बदल घडवून आणत आहात त्याला माझा आणि ईशीचा पूर्ण पाठिंबा आहे. तुमच्या सर्व टीम्सचं काम कसं चालू आहे?''

पिंगने इतर दोघांकडे प्रश्नार्थक नजर टाकली. त्यांनी नजरेनेच अनुमती दिली. मग ती म्हणाली, ''प्रांजळपणे सांगायचं तर आम्हाला फारसं काही जमत नाहीये. संस्थेच्या ध्येयदृष्टीच्या अनुषंगाने 'आपले-आपण' शोधण्याचं महत्त्व आम्हाला पटलंय यामध्ये काही वादच नाही; परंतु ते कसं शोधायचं याबाबत आमची मती गुंग झाली आहे. कदाचित दुसऱ्या संस्थांच्या अनुभवाबद्दल जाणून घेतलं तर आम्हाला लक्षात यायला मदत होईल असं वाटतंय.''

''आता आपले-आपण जगायचं कसं याबद्दल आम्ही इतरांना समजावून सांगू शकतो, सौख्याच्या क्षणांबद्दलसुद्धा सांगू शकतो पण... सगळ्या स्टाफचा सक्रिय सहभाग मिळवणे हे आमच्यासाठी आव्हान ठरलं आहे. त्याची थोडी कल्पना आम्हाला मिळाली तर खूप फायदा होईल.''

''या तिन्हीचा विचार केला तर त्यापैकी प्रशिक्षित करा 'आपले-आपण' एकदम सरधोपट आहे. आम्हाला खातरी आहे लोकांना प्रांजळपणे आणि स्पष्टपणे सांगितलं की भावते. आमच्या हेल्थकेअरमध्ये फिडबॅकची पद्धत आहे. पेशंट-केअरचे ऑडिटसुद्धा होते, जोडीला मेडिकल रिव्ह्यू असतातच. मात्र हा प्रांजळपणा आणि सच्चेपणा आमच्या काम करण्याच्या पद्धतीतसुद्धा कसा तंतोतंत उतरला आहे हे आम्ही संवादाने समोरच्यांपर्यंत कसं पोहोचवू? हे काम करत आमची भूमिका काय असते त्याची जाणीव त्यांना कशी करून देऊ? काही दाखले देऊ शकलात तर त्याचा निश्चितच उपयोग होईल.''

ईशी म्हणाली, ''माझी आणि ऱ्होंडाची पहिली भेट झाल्यावर तिने ठरवलं होतं की, हॉस्पिटलमधल्या साऱ्यांशी संवाद साधायचा. आपल्या कामाचं स्वरूप काय आहे, त्या कामातून आपण काय साध्य करू पाहत आहोत हे जाणून घ्यायला त्यांना उद्युक्त करायचं.''

''हो, मला तो दिवस आजही स्पष्ट आठवतोय.'' पिंग उत्स्फूर्तपणे

म्हणाली, ''ऱ्होंडा आली आणि मला म्हणाली की आम्ही ज्या पद्धतीने काम करत असतो, त्याबद्दल ती माझ्याशी बोलू शकेल का?'' हे ऐकून आधी तर मी चक्रावूनच गेले होते. वाटलं, आपल्याकडून काही चुकलं की काय? पण ऱ्होंडाशी झालेल्या त्या चर्चेमुळेच मी ज्युआनशी संवाद साधायला प्रवृत्त झाले. त्यातूनच माझ्या लक्षात आलं की त्याला आम्ही चक्क खड्यासारखं वगळलं होतं. त्याची किती घालमेल झाली असेल त्या दरम्यान हे लक्षात घेण्यात आम्ही कमी पडलो होतो.''

''आणि एकदा तू संवाद साधायला सुरुवात केल्यानंतर तुझ्यात अमाप उत्साह संचारला ना?''

''हा सगळा बदल इतका काही झपाट्याने घडला की मी थक्क झाले, अगदी.''

''त्या नैसर्गिक ऊर्जेच्या प्रती अपार श्रद्धा हवी म्हणजे ते शक्य होतं. सच्चा संवाद साधला ना की आपसुकच ही ऊर्जा तुमच्याम्ध्ये परावर्तित होते आणि मग समोरच्या व्यक्तीत प्रतिबिंबित होते. गंमत अशी आहे की, तुम्ही स्वत:च एक उदाहरण बनता. तुम्हाला इतर कुठल्या उदाहरणांची गरज उरत नाही.''

''गरज उरत नाही?''

''मला नाही वाटत काही गरज आहे असं! तुम्हाला त्याची मूळ तत्त्वं लक्षात आली आहेत. आम्ही जे काही करत आहोत ते कसं करत आहोत हे तुम्ही पाहिलं आहे. समजून घेण्याच्या पुढची म्हणजेच प्रत्यक्ष कृती करण्याची पायरी तुम्ही गाठली आहे.''

''मलाही काही सांगायचं आहे.'' मिस स्कालपेलचा खणखणीत स्वर उमटला, ''मी ऱ्होंडाशी बोलले आहे या विषयावर. खरं म्हणजे तिला पुन्हा या प्रोजेक्टमध्ये भाग घ्यायचा आहे. तुम्ही तिघं जण हे सगळं मस्तपैकी सांभाळत आहात यात काही वादच नाही. त्याच्यामुळे ती जर पुन्हा यात सहभागी झाली तर तुम्हाला ढवळाढवळ केल्यासारखं वाटेल अशी तिला काळजीदेखील वाटते आहे एकीकडे.''

''ढवळाढवळ! काहीतरीच काही!'' पिंग पटकन म्हणाली, ''मुळात ही सारी कल्पनाच ऱ्होंडाची आणि या निमित्ताने ती तिच्या कोशातून बाहेर पडायला मदत होणार असेल तर आम्हाला हवंच आहे. पण तूर्तास आपण 'ताकारा-टू'कडे परतूया. एकंदरीतच आम्हाला थांबल्यागत

झालं आहे. एखाद्या धक्क्याची आवश्यकता आहेच. निदान काही मुद्देतरी सुचवाच आम्हाला. एखादी 'करायलाच पाहिजे' अशा गोष्टींची यादी तरी... तुमच्याकडे पिढ्यान्‌पिढ्या जो व्यवसाय चालू होता तोच मुळी या नवीनतम कल्पनेचं उगमस्थान आहे, नाही का?''

ईशी किंचित विचार करून म्हणाली, ''माझ्या मते ताकारा आणि ताकारा-टू या दोन्ही ठिकाणी ध्येयदृष्टी निर्माण करण्याची निकड आम्हाला भासली; पण म्हणून ध्येयदृष्टी ही संकल्पना आणि त्याकरता बांधीलकीची आवश्यकता यांना आमची निर्मिती नक्कीच म्हणता येणार नाही. पूर्वापार चालत आलेल्या संकल्पना आहेत त्या. पिंग, आता कृतीची वेळ आली आहे, बरं का!''

''गुड समारिटनमध्ये हे सारं राबवताना तुमची स्ट्रॅटेजी तिथल्या संस्कृतीशी मिळती-जुळती हवी आहे. आम्ही आज 'ताकारा-टू'मध्ये घेत असलेल्या श्रमांचं आणि राबवत असलेल्या परंपरांचं तुम्ही आवर्जून कौतुक केलंत याचं मला खूप अप्रूप वाटतं आहे. पण तरीही एक लक्षात घ्या की तुमच्या संस्थेकरता आवश्यक कार्यपद्धती शोधून नंतर यशस्वीपणे राबवण्याचं काम तुम्हालाच करायचं आहे. इथे लागू होणारं शहाणपण तिथे रुची उत्पन्न करेलच असं नाही, हो ना? आमची कामाची पद्धत पाहायची. तिचा काथ्याकूट करायचा, यात तुमचा अमूल्य वेळ खर्च करण्यात काय अर्थ आहे, सांगा बरं! त्यामुळे तुम्ही तुमच्या मूळ उद्देशापासून भरकटण्याची शक्यता जास्त आहे. आत्ता या घडीला तुम्हाला गरज आहे ती गुड समारिटनमधल्या तुमच्या कामकाजाची आणि तिथल्या संस्कृतीची सांगड घालण्याची, बांधीलकी जोपासण्याची.''

''तेच कसं करावं हे आम्हाला सुचत नाहीये अगदी!''

''कारण तुमचा हा प्रवास अगदी मुलखावेगळा आहे ना म्हणून! कदाचित कल्पना जुन्याच वापराव्या लागतील; परंतु त्यांचा वापर अभिनव पद्धतीने करावा लागेल. अंधारात पुढे सरसावायला हिंमत लागते, हे नक्कीच. अजून उदाहरणं अभ्यासावी असं तुम्हाला वाटणं स्वाभाविक आहे. पण त्यामुळे आपण निष्कारणच प्रत्यक्ष कृती करण्यापासून दूर पळण्याचा प्रयत्न करतो.''

''जोसेफ कॅम्पबेल या तत्त्ववेत्यामुळे मला काही गोष्टी सहज उमगल्या. त्याच्या म्हणण्यानुसार सुंदर, प्रशस्त पायऱ्यांचा, टप्प्याटप्प्याचा मार्ग

तुमच्यासमोर उलगडलेला असला तर खुशाल समजावं की, हा आपला मार्गच नाही म्हणून. तुमच्या हातून कृती घडत असताना क्षणार्धात तुमचा मार्ग तुमच्यासमोर उलगडतो. आधीपासूनच विस्तारलेला मार्ग हा नक्कीच इतरेजणांचा असतो हे सत्य विसरू नका. म्हणूनच तर तो इतका राजरोसपणे दिसून येतो ना!''

''मी असं नाही म्हणत की दुसऱ्या संस्थांचं काम पाहायचंच नाही. उलट, मी तर आवर्जून इतरांचे चांगले प्रयत्न समजावून घेते. त्यातून स्फूर्तीसुद्धा घेते; परंतु जेव्हा प्रत्यक्ष कृती करण्याची वेळ येते ना, तेव्हा मात्र मी इतरांच्या कार्यपद्धतीवर अवलंबून राहत नाही. माझी वाट मलाच चालायची आहे आणि तीदेखील माझ्या पायांनी, माझ्या बळावर. पहिलं पाऊल टाकेपर्यंत कठीण नक्कीच वाटतं; परंतु ते पहिलं पाऊल टाकल्यावर मिळणारी हिंमत, सगळी वाट तरून जायला मदत करते.''

''आता तुम्हाला देण्याजोगं आमच्याजवळ सुशीशिवाय काहीही नाही. या क्षणाला काय जरुरी आहे, तर तुम्ही आपल्या हिमतीवर पहिलं पाऊल उचलणं.''

त्यानंतर जवळ-जवळ तासभर तरी ते सगळे जण चर्चा करत बसले. विषय होता अर्थातच 'ते पहिलं पाऊल', 'ती अनोखी वाट', जी फक्त केवळ त्यांच्या हिमतीवरच उलगडणार होती; कारण ती फक्त आणि फक्त त्यांची असणार होती.

थोड्या वेळाने चॅड आणि बेथ तिथून निघाले. त्यांना जरा नोट्स वाचून चर्चा करायची होती. त्यांनी सबवेचा रस्ता पकडला. पिंग आणि मेबल मागेच रेंगाळल्या. चालता-चालता बेथचं लक्ष एका दुकानाकडे गेलं. आपली गंभीर आणि महत्त्वाची चर्चा थांबवून त्यांनी तिथे लावलेले फोटो पाहायला सुरुवात केली, त्यांच्याही नकळतच.

मार्गदर्शक तत्त्वांचा उमज पडला की मग वेळ येते ती कृतीची...

इतरांनी जो मार्ग अवलंबला आहे तोच शोधायची इच्छा आपलीही असते; कारण मग आपण इच्छित स्थळी पोहोचू, अशी आपली खातरी असते.

पण सत्य हे आहे की इतरांच्या मळलेल्या पायवाटा आपल्या कामी येत नसतात. आपली वाट आपणच शोधायची असते. आपल्याबरोबर दिशादर्शकाची भूमिका निभावण्यासाठी असते आपली बांधीलकी आणि दुर्दम्य इच्छाशक्ती.

“मला वाटतं, आपल्या आयुष्यातले महत्त्वाचे क्षण फोटोमध्ये बंदिस्त करणं प्रत्येकालाच खूप आवडतं ना? पण मग जेव्हा फोटोग्राफी अस्तित्वात नव्हती तेव्हा लोक आपल्या आठवणी जाग्या ठेवायला, क्षण जपायला काय करत असतील रे?

“बेथ, अगं तेव्हा ते गुहांच्या भिंतीवर चित्र नव्हते का रेखाटत? काय गं, क्षणभर कुठेतरी हरवल्यागत झाली होतीस...! डोक्यात काहीतरी आलं आहे ना?”

“हं!” बेथने दीर्घ श्वास घेतला आणि ते फोटो पाहून तिला जी कल्पना स्फुरली ती तिने चॅडला सांगायला सुरुवात केली. दोघंही जण विचारांच्या त्या प्रवाहात जणू न्हाऊन निघाले. त्या बोलण्याने त्यांना इतकं दमायला झालं की, हॉस्पिटलमध्ये परत जाण्यासाठी त्यांनी चक्क टॅक्सी गाठली.

शोधा ‘आपले आपण’ : बांधीलकीचे प्रवेशद्वार

ईशीने त्या साऱ्यांसमोर आव्हान ठेवून आज पाच आठवडे झाले होते. सोमवारची प्रसन्न सकाळ उगवली होती. वातावरणात अनोखी ऊर्जा जाणवत होती. आज पहिल्यांदाच सगळ्यांना ‘FISH! बोधकथा’ या नवीन प्रोजेक्टची ‘झलक’ पाहायला मिळणार होती.

गुड समारिटनच्या त्या सहाव्या मजल्यावरच्या लॉबीच्या सुरुवातीला एक झक्कास कुंपण आणि जुन्या पद्धतीचं बिजागऱ्यांवर उघडणारं फाटक उभारण्यात आलं होतं. कमानीवर डौलदार अक्षरात लिहिलं होतं, ‘बांधीलकीचे प्रवेशद्वार’. बाजूलाच एका बुलेटीन बोर्डवर दोन प्रश्न विराजमान झाले होते.

‘गुड समारिटनच्या ध्येयदृष्टीकरता आपण बांधील आहात का?
आपणास ‘आपले-आपण’ गवसले आहे काय?’

तिथे बाजूला छोटंसं ‘माहिती केंद्र’ मांडलेलं होतं. एक खुर्ची आणि टेबल बस्स! लिफ्टच्या दाराशी पिंग उभी होती. ‘शोधा – आपले-आपण’ टीमची एक सदस्य तिच्यासोबत होती. जोडीला ऱ्होंडा आणि

मिस स्कालपेलसुद्धा होत्याच. लिफ्टमधून उतरणाऱ्या आणि जिन्यावरून येणाऱ्या प्रत्येकाचं स्वागत ग्रीटिंग कार्ड, छानसं 'गुड मॉर्निंग' आणि अर्थात गोड अशा हसण्याने होत होतं. याच्याच जोडीला एक कल्पक पीनसुद्धा देण्यात येत होती.

त्या कार्डच्या मागे बोलका मजकूर छापलेला होता–

'गुड समारिटनच्या ध्येयदृष्टीकरता आपण बांधील आहात का? आपणास 'आपले-आपण' गवसले आहे का?'

या कार्डच्या मागच्या बाजूला गुडसमारिटनच्या ध्येयदृष्टीचे घोषवाक्य तुम्हाला वाचायला मिळेल. आमच्या सर्व भागधारकांना समजण्यास सोपे जावे म्हणून ते साध्या-सरळ पद्धतीने मांडले आहे. आम जनतेच्या शरीरस्वास्थ्याची काळजी घेण्याप्रती आम्ही बांधील आहोत. कामाच्या जागी सशक्त सहकाऱ्याची जोपासना करण्यासाठी आम्ही कटिबद्ध आहोत. ही वाक्यं आचरणात आणायची असतील तर आपल्याला गरज आहे, या ध्येयदृष्टीच्या विकासात स्वत:ची जागा शोधून काढायची, आपल्या कामामधून प्रत्यक्ष ध्येयदृष्टी प्राप्त करण्याची, त्याचप्रमाणे हे काम करत असताना आपली भूमिका निश्चित करण्याची.

या सहाव्या मजल्यावर सहकार्याचा जुनाच मंत्र अनोख्या पद्धतीने समोर आणण्याचा प्रयत्न आम्ही केला. ऊर्मीला जोड दिली ती उत्साहाची आणि ऊर्जेची. या पद्धतीने काम करत असताना रुग्णसेवेचा आमचा दर्जा अधिक उंचावला. कामातून मिळणारं समाधान वाढलं. आम्ही आमची ध्येयदृष्टी अधिक विस्तारली आहे खरी; परंतु ती पेलण्याची ताकद आमच्यामध्ये आहे की नाही हे चाचपडून पाहण्याची वेळ आता आली आहे. त्याकरता सहकाऱ्यांसमवेत सुसंवाद साधणे हा सर्वांत खातरीशीर मार्ग आहे.

येत्या दोन आठवड्यांत आपण सर्व जण किमान पाच जणांशी अशा प्रकारे सुसंवाद साधून ध्येयदृष्टीप्रती असलेली

तुमची बांधीलकी व्यक्त कराल, अशी आशा आम्ही व्यक्त करतो. या संवादातून तुम्ही स्वत:च्या 'आपले-आपण'बद्दल व्यक्त होणं अपेक्षित आहे. सुसंवाद करण्याच्या दृष्टीने खालील मुद्द्यांचा उपयोग होऊ शकेल.

- दिवसभराच्या कामकाजाचा विचार करता तुम्ही 'सौख्याचे क्षण' कधी अनुभवता?
- पेशंट्स आणि स्टाफसाठी आपण कोणत्या प्रकारचा अनुभव निर्माण करत आहोत, असं तुम्हाला वाटतंय?
- या ध्येयदृष्टीला तुम्ही वैयक्तिक स्तरावर कसे जोपासाल?
- आपल्या या कामकाजामध्ये उत्साह, ऊर्मी आणि ऊर्जा टिकून राहावी यासाठी आपण एकमेकांना कोणत्या प्रकारे प्रेरित करू शकतो?

साडेआठ वाजेपर्यंत सकाळच्या शिफ्टचे सारे जण येऊन पोहोचले होते. आत येण्याचा मार्ग 'बांधीलकी प्रवेशद्वारा'तूनच असल्यानुळे अर्थातच आपल्या नवीन संकल्पनेशी प्रत्येकाची ओळख वैयक्तिक स्तरावर झाली. ऱ्होंडा, मिस स्कालपेल, पिंग यांच्या स्वघोषित स्वागत समितीने साऱ्यांच्या दिवसाची सुरुवात जोरदार केली होती. सगळ्यात शेवटी हॉस्पिटलच्या डायरेक्टरने म्हणजे फिलने भेट दिली.

''सुरुवात तर जोरदार झालेली दिसते आहे!'' फिल म्हणाला. ''पण मला एक नाही कळलं, ती पिन कशाकरता दिली आहे तुम्ही? बाह्यप्रेरकांची मदत न घेता त्या जागी अंत:प्रेरणेवर भर द्यायचा असं ठरलेलं असताना आपण पुन्हा तीच वाट नाही का निवडत आहोत?''

''तसं म्हटलं तर हो. कारण बाह्यप्रेरकाचा उपयोग अगदी सीमित असतो, यात काही वादच नाही; परंतु एक गोष्ट मला मान्य करायलाच हवी, ती म्हणजे आपली ध्येयदृष्टी सतत तेवत ठेवण्याकरता बाह्यप्रेरकांची आवश्यकता असते. हे सत्य डावलून चालणार नाही.'' मिस स्कालपेलने प्रांजळपणे कबुली दिली. ''परवाच मी हार्वर्ड बिझिनेस रिव्ह्युमध्ये रिट्झ कार्लटनबद्दलचा लेख वाचला. त्यामध्ये त्यांनी बोधचिन्ह, ठरावीक क्रियापद्धती अशासारख्या आपल्याला न पटणाऱ्या गोष्टी सोप्या शब्दांत

समजावून सांगितल्या आहेत. पटलंच मला ते एकदम! उगाचच दुराग्रह करून घेतला होता मी. फिल, माझ्या या प्रश्नाचं उत्तर दे, 'बाहेरून आलेला पेशंट किंवा त्याचे कोणी नातेवाईक किंवा इतर कुणी नर्सच्या युनिफॉर्मवरची ही मजेदार पिन पाहतील तर काय होईल?''

''काय म्हणजे? त्यांना उत्सुकता वाटेल. ते प्रश्न विचारतील. पिनचं प्रयोजन जाणून घेतील.''

''अगदी खरंय! आता त्यांची उत्सुकता शमवण्यासाठी उत्तरे दिली जातील, हो ना?''

''हं, तुला काय सुचवायचं आहे ते मला लक्षात आलं आहे. समोरच्याची शंका निरसन करताना आपसुकच आपण आपल्या बांधीलकीशी जोडले जातो. स्वत:ला पुन्हा आठवण करून दिली जाते. स्वत:च्या ध्येयाची. मनाला काही गोष्टींचा उलगडा झाला नसेल तर तोही होऊ लागतो. एका परीने आपल्या निश्चयाचे दृढीकरण होत जाते आणि या साऱ्याला कारणीभूत ठरेल 'ती पिन' असंच सुचवायचं आहे ना तुला?''

''हो फिल, तू म्हणशील 'बांधीलकी प्रवेशद्वारा'चं काय? तर ते तिथे काही आठवडे ठेवण्याचा आमचा मानस आहे. त्याच्या जोडीला मला असं वाटतंय की अजूनही काही जणांना 'आपले-आपण'चा उलगडा झाला नसेल, तर त्यांना मदत करायला हवी. शिवाय, प्लॅनिंग टीमने पण एक कल्पना सुचवली आहे.''

''आणि ती काय बरं?'' फिल उत्सुकतेने म्हणाला.

ऱ्होंडा उत्साहाने पुढे होत, प्रवेशद्वाराच्या एका बाजूला खूण करत म्हणाली, ''मिस स्कालपेलच्या कडक हॅटसाठी कायमची जागा.'' तिथे एका खुंटीला कडक स्टार्चची ती हॅट झकासपैकी लटकावली होती.

''हे डोकं पिंग, बेथ आणि चॅडचं आहे.'' ऱ्होंडा पुढे म्हणाली, ''मिस स्कालपेलनी या सहाव्या मजल्याकरता इतकं प्रचंड योगदान दिलं आहे की, त्यांच्या ऋणात कायमस्वरूपी राहणंच आम्हा साऱ्यांना आवडेल.'' बोलता-बोलता ऱ्होंडा मिस स्कालपेलकडे वळली, ''तुमची रिटायरमेंट पुढे ढकलण्याची काही शक्यता आहे का, मिस स्कालपेल?''

चित्रमय आठवणी – जगा 'आपले आपण'

सहाव्या मजल्यावरच्या स्टाफकरता एक स्पर्धा आयोजित करण्यात आली होती. त्याचे नियम अगदी साधे-सोपे होते. प्रत्येक टीमला एक लॉबी देण्यात आली होती. त्या लॉबीमधील एकेक बुलेटीन बोर्ड खास राखून ठेवण्यात आला होता. 'आपले आपण' जगत असणाऱ्यांचे फोटो तिथे लावायचे होते. नियम असा होता की, हॉस्पिटलचा कुठलाही पेशंट त्या फोटोमध्ये असता कामा नये. दुसरं म्हणजे, केवळ 'सौख्याचे क्षण'च बंदिस्त केले पाहिजेत. तिसरं म्हणजे बोर्ड्स सजवण्यावर कोणतंही बंधन नव्हतं. शिवाय, फोटो खऱ्या प्रसंगाचेच असणं आवश्यक होतं. या स्पर्धेकरता चार आठवड्यांचा अवधी देण्यात आला होता. परीक्षक असणार होता इतर मजल्यांवरचा स्टाफ.

बक्षीस होतं ईशीच्या हातचा सुशीचा अख्खा ट्रे – जिंकणाऱ्या टीमला... त्याचा फोटो पाहूनच तोंडाला पाणी सुटलं होतं साऱ्यांच्या.

'ध्येयदृष्टी जगा
सौख्याचे क्षण अनुभवा' स्पर्धा

सहाव्या मजल्यावरील सर्व स्टाफकरता पहिली वार्षिक 'सौख्याचे क्षण जगा' ही स्पर्धा ठेवण्यात येत आहे. आपल्या वैयक्तिक 'आपले-आपण'ची सांगड गुड समारिटनच्या ध्येयदृष्टीशी घालत असताना तुम्ही ज्या अनोख्या वाटा जोखता त्या जाणून घेऊन इतरांपर्यंत पोहोचवणे हाच या स्पर्धेचा उद्देश आहे.

प्रत्येक टीमने आपले 'सौख्याचे क्षण' कॅमेराबद्ध करायचे आहेत. गुड समारिटनची ध्येयदृष्टी गाठत असताना तुमच्या अनुभवास हे क्षण आलेले असणं आवश्यक आहे. इथे काम करत असताना तुम्ही आणि तुमचे सहकारी ज्या पद्धतीने क्षण चैतन्यमयी करता त्याचा एक लेखाजोखा या फोटोंमुळे समोर येणार आहे आणि त्याच निकषांवर विजेत्याचा निर्णय घेतला जाणार आहे.

या पत्रकाच्या मागच्या बाजूला सविस्तर नियमावली दिली

आहे. काही शंका असल्यास ६१२१ या क्रमांकावर बेथशी संपर्क साधा.

शुभेच्छा!

आणि निकाल...

स्पर्धा जाहीर होऊन चार आठवडे लोटले. आज सर्व लॉबींमध्ये खूप गर्दी झाली होती. बेथ गमतीने ज्युआनला म्हणालीदेखील, 'एवढी गर्दी पाहून इमर्जन्सी सर्व्हिसचे लोक धावत येतील एखाद्या वेळेस–सिलेक्शन कमिटीची लिडर छोट्याशा मंचावर आली. तिने माइक हातात घेतला तसे सगळे शांत झाले.

"माझ्या प्रिय सहकाऱ्यांनो, आज या इथे 'जगा आपले-आपण' या आपल्या अनोख्या स्पर्धेचे विजेते जाहीर करायला आपण जमलेलो आहोत. हे गोड काम माझ्यावर सोपवण्यात आलं आहे याकरता मी स्वत:ला नशीबवान समजते.

सहाव्या मजल्यावर काम करताना पेशंट्सना आणि सहकाऱ्यांना मदत करतानाचे सौख्याचे क्षण पकडणं हा या स्पर्धेमागचा हेतू होता. शिवाय, संस्थेच्या ध्येयदृष्टीसमवेत असलेली आपली बांधीलकी जाणून घ्यायची, दृढ करण्याची ही एक संधी होती. ही स्पर्धा आयोजित करताना आयोजकांनी नक्की कोणता विचार केला होता बरं? आपण एक ध्येय उराशी जपलं आहे. ते साध्य करताना आपण वैयक्तिक आणि सांघिक स्तरावर प्रयत्न करतो आहोत. आपल्या प्रयत्नांना मूर्त रूप देत आहोत. या प्रवासात आपल्या वाट्याला अचानक अनेकदा सौख्याचे क्षण येतात. त्या क्षणांच्या सोनेरी किनारीमुळे आपल्या कर्तेपणाला अधिक उभारी मिळते आणि मुख्य म्हणजे सतत पुढे चालत जाण्याची उमेद टिकून राहते. हो ना? याच विचारातून ही स्पर्धा जन्माला आली आहे. आता निकाल जाहीर करण्याची वेळ आली आहे. मला निकालाचं ते पाकीट मिळेल का?"

मार्गोनं पुढे येऊन निवेदिकेच्या हातात पाकीट दिलं. तिची ओळख करून देताना निवेदिका म्हणाली, "ही मार्गो कार्टर, ईस्टर्न बँक

सिस्टीम्सची एक्झिक्युटिव्ह व्हाइस प्रेसिडेंट! तिच्या बँकेच्या सेफ डिपॉझिट व्हॉल्टमध्ये निकाल सुरक्षित ठेवले गेले होते.'' सगळ्यांच्या चेहऱ्यावर हसू उमटलं. पण आता निकालाची उत्सुकता वाटत होती.

''टॉप मॅनेजमेंटच्या टीमने दुसरं बक्षीस मिळवलं आहे. एक्झिक्युटिव्ह लेव्हलवर चालणारी धमाल पाहून आमचे जजेस नक्कीच आश्चर्यचकित झाले. अनेकदा हे सिनियर्स चक्क कॅफेटेरियामध्ये ज्युनिअर्स समवेत जेवण घेत होते. 'सौख्याचे क्षण' अनुभवत होते. याचाही सकारात्मक परिणाम झाला. मला तर असंही वाटतंय की, त्यांच्या 'लंचरूम्स' फोटोंनी गच्च भरल्यामुळेही त्यांना कॅफेटेरियाला आसरा घ्यावा लागला.'' यातला विनोद सगळ्यांच्याच ध्यानी आला. बक्षीस घ्यायला आलेल्या फिलचं स्वागत टाळ्यांच्या गजरात झालं.

फिलच्या हातात माइक दिल्यावर तो म्हणाला, ''तुमची उत्सुकता खूप ताणून ठेवणार नाहीए मी! फक्त एवढंच सांगतो की, यापुढे एक्झिक्युटिव्ह लंचरूम ही सगळ्यांसाठी खुली राहील. या अफलातून कल्पनेचं श्रेय जातंय मिस स्कालपेलकडे. अनेकदा डॉक्टर्स, नर्सेस आणि इतर स्टाफलादेखील एखाद-दोन मिनिटांसाठी सुटका हवी असते हे अचूक हेरून मिस स्कालपेलने ही मोकळीक दिली आहे.'' टाळ्यांच्या गजरात फिलच्या निवेदनाचं स्वागत झालं.

''आणि आता... पहिलं बक्षीस... हा निर्णय घेणं जजेस्करता सोपं होतं. सहाव्या मजल्यावरच्या नर्सेस आणि न्युट्रीशनिस्टना हे बक्षीस देण्यात येत आहे. तुम्ही सगळ्यांनी मिळून आमच्यासमोर एक देखणं उदाहरण ठेवलं आहे. गुड समारिटनची ध्येयदृष्टी तुमच्याही अंतःकरणात तेवते आहे आणि म्हणूनच तुम्ही अनेकविध प्रकारांनी सौख्याचे क्षण सहजच निर्माण केले, बंदिस्त केलेत, फुलवलेसुद्धा. निवड समिती तर तुमच्या या समरसतेने चकित झाली आहे.

''तुमच्याकडे 'सौख्याच्या क्षणांचा' एवढा प्रचंड खजिना आहे की काय सांगावं? तुमच्या पेशंट्ससमवेत वागायची तुमची रीत अनोखी आणि प्रशंसनीय आहे. विशेषतः पिडिअ‍ॅट्रिक विभागात जेवण, नाश्ता देताना तुम्ही पॅनकेकसुद्धा सजवून पाठवता, कधी पोकेमनचे चेहरे हसवतात, तर कधी इतर गमती वापरून मुलांना आनंद देता. खाण्यातून मजा अनुभवा या वाक्याला तुम्ही एक वेगळं परिमाण दिलं आहे.

थोडासा वेळ दिला आणि कल्पकता वापरली की, आयुष्यात किती सुंदर रंगांची पखरण करता येते ना? तुमच्याकडून हे नक्कीच शिकण्यासारखं आहे. तुमचे हे फोटो या हॉस्पिटलच्या प्रत्येक वॉर्डातून दाखवले जातील. त्यानंतर ते आपल्या इतर हॉस्पिटल्समधूनदेखील दाखवले जातील. त्या फोटोजचं कायमस्वरूपी जतन करण्याच्या दृष्टीने त्यांचा स्लाइड-शो बनवून ठेवला जाणार आहे. लहानमोठे पेशंट्स आणि स्टाफलासुद्धा त्यातून सदैव स्फूर्ती मिळेल याची आम्हाला खातरी आहे.

सहाव्या मजल्यावरच्या एका पेशंटची तुम्ही तुमच्या अनोख्या शैलीमध्ये काळजी घेतली होती त्याबद्दल फूल ना फुलाची पाकळी म्हणून त्या पेशंटच्या नवऱ्याने तुम्हा प्रत्येकासाठी 'गिफ्ट बास्केट्स' दिल्या आहेत. त्यांनी अनामिक राहणं पसंत केलं आहे. खरोखरच तुम्ही मस्त कामगिरी केली आहे.''

प्रशिक्षित करा – 'आपले आपण'

हे काम करणारी टीम जवळ-जवळ भूमिगत झाली होती. चॅड तर त्या संदर्भात अवाक्षरसुद्धा काढत नव्हता. 'सौख्याचे क्षण' समारंभानंतर साधारण दोन आठवड्यांनी पिंगनी त्याला गाठलंच.

''चॅड, कसं काय चाललं आहे?''

''छान, मस्त! बरं झालं भेटलीस. पण जरा घाईत आहे हं, निघतो.''

बेथलाही असाच काहीसा अनुभव आला. तिने चॅडकडे चौकशी केली असता त्याने चक्क खांदे उडवले आणि मग 'कळेल, कळेल' असं काहीसं बोलून तो गायब झाला.

ऱ्होंडा आता हळूहळू पूर्वपदावर येत होती. कामात लक्ष घालत होती. तिला या टीमबद्दल विशेष काळजी वाटत होती. प्रशिक्षणाच्या शिवाय ध्येयदृष्टी पूर्णत्वास नेणं कठीण होतं याची तिला पूर्ण जाणीव होती.

बक्षीस समारंभानंतर साधारण तीन आठवड्यानंतरचा एक शुक्रवार होता तो. मिस स्कालपेलने ऱ्होंडाला बोलावून घेतलं. एव्हाना त्या दोघींचे सूर जुळले होते. ऱ्होंडा त्यांना आपल्या गुरुस्थानी मानू लागली

होती. मिस स्कालपेल निवृत्त होणार या कल्पनेनेच तिला आताशा चुकल्या-चुकल्यासारखं वाटत असे. अशा वेळेस तिला त्या दोघींची ती वादळी भेट हटकून आठवत असे.

"ऱ्होंडा, जरा फिलच्या ऑफिसमध्ये येतेस?"

"हो, येते की! काय झालं? काही विशेष?"

"नाही, तसं काही विशेष नाही. पण तू फार कामात नसशील तर फिलच्या ऑफिसमध्ये ये."

"ही मी निघालेच."

फिलनी तिचे स्वागत केले, "ये ये!" तिने त्याच्या ऑफिसमध्ये पाय ठेवताक्षणी तिच्या हातामध्ये काही कार्ड्स ठेवण्यात आली. साऱ्या कार्ड्सवर नीटस अक्षरात लिहिलेला मजकूर दिसत होता.

"चॅड आणि त्याची टीम रोजच 'ओव्हरटाइम' करत होती. मुळात काय करायला हवं आहे हे समजून घेण्याकरता त्यांना थोडा वेळ लागला." फिलने सांगितलं. "मला वाटतं, आता पुढचं सगळं चॅडकडून ऐकण्यातच मजा आहे."

चॅड पुढे झाला. "हे कार्ड्स पाहत आहात ना तुम्ही? ते कसे वापरायचे ते सांगतो."

"प्रशिक्षणाचा विचार करता लहान-मोठे हा भेद असणार नाही. तुमचं वय आणि हुद्दा यांच्या सापेक्ष प्रशिक्षण होणार नाही. हे लक्षात घ्यावे लागेल. सगळ्यांवर समान जबाबदारी असेल. मी लहानांकडून प्रशिक्षण घेणार नाही किंवा मी मोठा असल्याने प्रशिक्षण देण्याचंच काम करीन हा विचार मनातून काढून टाकावा लागेल. मात्र त्याचबरोबर हेदेखील लक्षात घ्यायचं की, मिळणारं प्रशिक्षण अंगिकारायचं किंवा नाही हा ज्याचा त्याचा प्रश्न असेल.

"तुम्ही म्हणाल की प्रशिक्षणात अहंकाराचा भाग आलाच. पण तसं नाहीये. ती एक सामायिक जबाबदारी असणार आहे. आपली ध्येयदृष्टी मजबूत राहण्यासाठी ते गरजेचं आहे. प्रशिक्षणाचा दुसरा फायदा म्हणजे आपले संवाद खऱ्या अर्थाने 'सुसंवाद' बनतील. त्यामुळे बक्षिसाकरता काम ही मनोवृत्ती बाजूला पडून 'काम हेच बक्षीस' ही वृत्ती अंगी भिनेल.

"आता आपण सहाव्या मजल्यावर जाणार आहोत. तिथे आपण साधारण आठवड्याभराचा प्रशिक्षण कार्यक्रम राबवणार आहोत. आपण

साऱ्यांनी एका-एका व्यक्तीला या कार्ड्सवरचा मजकूर समजावून सांगायचा आहे. त्यानंतर त्या प्रत्येकाने अजून एका-एका व्यक्तीला हाच मजकूर सांगायचा आहे. सुरुवातीला आपण हे कार्ड्स आपल्यात वाटून घेणार आहोत. ज्या व्यक्तीला आपण समजावणार आहोत त्याच्यी हातात ती चळत आपण ठेवणार आहोत, जी त्याने पुढच्याच्या हातात सोपवायची, पण अर्थात समजावून सांगितल्यावरच आणि त्याआधी एक कार्ड स्वत:कडे ठेवून घ्यायचं. एकाच व्यक्तीला दोन वेळा समजावता येणार नाही. आता एकदा या कार्ड्सवर नजर टाका आणि काही शंका असतील तर विचारा.''

प्रशिक्षित करा – 'आपले आपण'

काही उपयुक्त सूचना

- गुड समारिटनच्या ध्येयदृष्टीमध्ये तुमचा सहभाग आहे ना? 'आपले-आपण'चा शोध सुरू केलात का?
- ही ध्येयदृष्टी अधिक समर्थपणे जगण्यासाठी कोणी जर
- तुम्हाला प्रशिक्षण देऊ इच्छित असेल तर तुमची तयारी आहे का?
- इतरांना प्रशिक्षण द्यायला तुम्ही राजी आहात का?
- मिळालेले प्रशिक्षण स्वीकारण्याचा वा नाकारण्याचा हक्क तुम्हाला मान्य आहे का?
- तुम्हाला आवश्यकता भासल्यास तुम्ही आपणहून प्रशिक्षणाची मागणी कराल का?
- प्रशिक्षणाच्या दृष्टीने तुमच्या कामाशी निगडित काही उदाहरणं तुम्ही देऊ शकता का?
- प्रशिक्षण टीमचा एक भाग बनायला तुम्हाला आवडेल का?
- आता तुमची पाळी आहे. कार्डचा हा गठ्ठा घेऊन पुढच्याकडे जायचं, त्याला सारे समजवायचे, त्यांच्या हातात चळत

सरकवायची. मात्र त्याचवेळेस एक कार्ड स्वत:कडे ठेवायचं. तुमच्या स्वत:च्या प्रशिक्षणाच्या गमती जमती समोरच्याला जरूर सांगा. तोच कानमंत्र त्याला किंवा तिलाही द्या.

शुभेच्छांसह!

ते सगळे जण सहाव्या मजल्याकडे निघाले. त्यानंतर फक्त तीन दिवसांत त्या मजल्यावरच्या प्रत्येकाकडे एक कार्ड पोहोचलं होतं.

आणि शेवट?

आजही गुड समारिटनची ध्येयदृष्टी तशीच तेवते आहे. प्रत्येक वेळेस एक ध्येयदृष्टी, एक सुसंवाद आणि एक प्रशिक्षण सत्र जगत त्यांचा हा प्रवास विनासायास सुरू आहे. सहाव्या मजल्यावर एका नवीन संकल्पनेची मुहूर्तमेढ रोवली गेली होती. तिथून ती संपूर्ण हॉस्पिटलमध्ये पसरली आणि रुजलीदेखील. लवकरच ती हॉस्पिटलच्या इतर शाखांमध्येसुद्धा फोफावली. कुठलाही बदल रुजवणं सोपं नसतं. त्यातून समजा तो रुजलाच तर त्याची अखंड जोपासना करणं ही तारेवरची कसरतच असते जणू. रुजल्याचं समाधान नक्कीच असतं. कालांतराने त्याचा प्रभाव कमी होऊ लागला की मग मात्र खरी कसोटीची वेळ असते. जुन्या सवयी पाय ओढू लागतात. अशा घडीला दीर्घ पल्ल्याचे गडी विजयश्री खेचून आणतात. घडवलेल्या बदलाला खंबीरपणे पेलून दाखवतात.

शोधा!
जगा!
प्रशिक्षित करा 'आपले आपण'!

तेव्हाच तुम्ही चाखू शकाल गोडी तुमच्या कठोर परिश्रमांना आलेल्या फळांची!

ताजाकलम

आजही तुम्ही गुड समारिटनला भेट दिलीत तर हे सगळे सखे-सोबती तुम्हाला नक्कीच भेटतील. ऱ्होंडाची कारकीर्द झळाळते आहे. आज ती नर्सिंगची डायरेक्टर आहे. आजही तिला ॲनची उणीव भासतेच आहे; परंतु ॲनने जपलेला वारसा ती जोपासते आहे. आपले पेशंट्स आणि सहकारी यांच्याबद्दलची ऱ्होंडाची सह-अनुभूती अतिशय उच्च स्तरावरची असल्याने तिच्या 'आपले-आपण'चा विस्तारदेखील भव्य आहे.

फिलसुद्धा मॅडेलीनसमवेत कॉर्पोरेट ऑफिसमधून काम पाहतो आहे. अनेकवेळा ते विविध गटांना गुड समारिटनमध्ये आणतात; त्यांना प्रेरणा मिळावी म्हणून, त्यांची आंतरिक जाणीव प्रगल्भ व्हावी म्हणून; परंतु त्यांच्यावर कुठलीच गोष्ट लादत नाहीत. 'केलंच पाहिजे'चा धाक दाखवत नाहीत. प्रत्येक सेशनच्या शेवटी पिंग सगळ्यांना आव्हान करते, 'चला, कृती करू या!'

कधी-कधी परत जाताना या गटांचा गोंधळ संपलेला नसतो. अजून काही उदाहरणं समोर आली पाहिजेत, असं त्यांना वाटत असतं. अशा वेळेस फिल आणि मॅडेलीन त्यांना प्रश्न विचारतात, विचार करण्यास प्रवृत्त करतात, आपली वाट आपणच निर्माण करण्यासाठी प्रोत्साहन देतात. फिल आणि मॅडेलीनला असं मार्गदर्शन उत्तम जमू लागलं आहे.

परिणामत: कुरकुरत माघारी फिरणारे गट स्वत:चा मार्ग आखायला धजू लागले आहेत.

ज्युआनसुद्धा उत्तम नर्स बनला आहे. अनेक जण त्याच्याशी चर्चा करतात, त्याचे विचार समजावून घेतात.

'ताकारा-टू'ला जाऊन येणाऱ्यांची एकच प्रेमळ तक्रार आहे – 'तिथे केवढी मोठी रांग असते!'

आतमधला वेळ कुणालाही कधीच पुरेसा वाटत नाही.

गुड समारिटनच्या भिंतींवर आता नवीन पोस्टर्स लागली आहेत.

आमची ध्येयदृष्टी :

आम्हाला ठेवायची आहे जागृत,
त्याचं आहे एक गुपित
आजच्या या धकाधकीच्या, आव्हानात्मक जीवनात—
आम्ही साऱ्यांनीच बांधून घ्यायचं आहे
शोधण्यासाठी 'आपले आपण'
जगण्यासाठी 'आपले आपण'
प्रशिक्षित करण्यासाठी 'आपले आपण'
निर्माण करायचे आहेत 'सौख्याचे क्षण'
'आपले-आपणच'.
बांधीलकीचं महत्त्व सारेच जाणतात.
चवीनं त्याचे गोडवे गातात.
परंतु बांधीलकी राहते एक अमूर्त संकल्पना.
तिला कृतीची जोड दिली
तरच ती प्रत्यक्षात आणता येते, मूर्त रूपात...
ही जोड देण्यासाठी आम्ही कटिबद्ध आहोत.
शोधण्यासाठी
जगण्यासाठी
प्रशिक्षित करण्यासाठी
'आपले-आपण'.